बांबू

सृष्टी आणि दृष्टी

श.म.केतकर
श्रीनिवास पंडित

सकाळ प्रकाशन

सकाळ प्रकाशन

बांबू : सृष्टी आणि दृष्टी

श्रीनिवास पंडित
(shriniwaspandit@yahoo.com)

प्रथम आवृत्ती : ऑगस्ट २०१६

तिसरी आवृत्ती : एप्रिल २०२१

अक्षरजुळणी
अश्विनी महाजन

मुखपृष्ठ आणि मांडणी
संदीप देशपांडे

प्रकाशक
सकाळ मीडिया प्रा. लि.
५९५, बुधवार पेठ, पुणे ४११ ००२

अधिक माहितीकरता
०२०-२४४० ५६७८/८८८८८ ४९०५०
sakalprakashan@esakal.com

श्रेयनामावली

बांबू लागवड, चीन व बांबू : श्री. हेमंत बेडेकर, बांबू विशेषज्ञ (hsbede@gmail.com)

रास्त दरात घरबांधणी व्यवसाय : श्री. सुनील देशपांडे (www.sbk.nic.in)

वनाधिकार कायदा, लेखामेंढा : श्री. सुबोध कुलकर्णी

बांबू बांधकामे : श्री. हिमांशु तुळपुळे (stulpule@yahoo.com)

बांबू कॉम्पोझीट मटेरिअल्स : श्री. श्रीनिवास खरे (www.bamboosarvaswa.com)

अपरिचित बांबूची माहिती : आनंद पत्की (ajeet.thakur1211@yahoo.com)

बुरुडकाम : श्री. मोरे

भारतीय वाद्ये : श्री. अमोल घोडे

आहार : श्रीमती सविता चौधरी

बांबू : सृष्टी आणि दृष्टी हे पुस्तक वाचकांच्या हाती देताना मला आनंद होत आहे. बांबूसृष्टीचे सखोल अध्ययन करण्याची वैज्ञानिक दृष्टी वाचकांना प्रस्तुत पुस्तकाने सहज प्राप्त होईल, याची मला खातरी आहे.

आज महाराष्ट्राला बांबू शास्त्रज्ञ व बांबू तंत्रज्ञांची मोठ्या प्रमाणात आवश्यकता आहे. या विषयाची व्याप्ती कला, अर्थशास्त्र, वाणिज्य शास्त्र, कृषी शास्त्र, अभियांत्रिकी शास्त्र, रसायन शास्त्र, भौतिक शास्त्र व वनस्पती शास्त्र या सर्वच विषयांमध्ये आहे. त्यामुळे महाविद्यालये तसेच विद्यापीठ स्तरावरील या विषयांच्या अभ्यासक्रमात *बांबू : सृष्टी आणि दृष्टी*चा समावेश अत्यावश्यक वाटतो.

- श. म. केतकर

प्रस्तावना

बांबू – जगातल्या अर्ध्या भागात नैसर्गिकरीत्या येणारी वा येऊ शकणारी, सगळ्यात वेगाने वाढणारी ही वनस्पती. परंतु एवढेच त्याचे वैशिष्ट्य नाही. तिच्यापासून तलम कागद बनवता येतो किंवा भक्कम भिंतसुद्धा! तिचे कोंब चविष्ट खाद्य समजले जाते; तर बांबूपासून बनवल्या जाणाऱ्या बासरीचे मधुर सूर आपल्या सर्वांच्या परिचयाचे आहेत.

असा हा बांबू त्याच्या विशिष्ट रंगरूपामुळे आपल्या सर्वांना सहज ओळखता येतो. त्याच्यापासून बनणारे सुबक फर्निचर वा टोपल्या आपल्याला ठाऊक आहेत. त्याच्या कामट्या वापरून रंगीबेरंगी आकाशकंदील वा पतंग आपण बनवतही असाल; तर काही तासांत निव्वळ काथ्या, दोऱ्या, बांबू, फळ्या वापरून उभारलेले स्टेज शेकडो माणसांचे ओझे पेलू शकते, हे आपण अनुभवले असेल. बांबू हे एकमेव झाड आहे, जे वापरून भांडवल न गुंतवता एखादा कारागीर दिवसाला ५००-७०० रुपये मिळवू शकतो; आणि तोच बांबू वापरून काहीशे कोटी रुपयांचा कागद वा प्लायवूडचा कारखानाही उभारता येतो.

लेखामेंढा हे गाव आपल्या सर्वांना ठाऊक झाले आहे. कोणत्याही ग्रामपंचायतीचा मुख्य आर्थिक स्रोत राज्य/केंद्र सरकारची मदत हाच असतो. पण गडचिरोली जिल्ह्यातील दुर्गम भागातील ही ग्रामपंचायत आज 'कोट्यधीश' आहे; आणि तिच्या उत्पन्नाचे एकमेव साधन तिच्या हद्दीतील बांबू हे आहे. एवढेच नव्हे; तर अतिशय शहाणपणाने तेथील ग्रामस्थ या रकमेचा विनियोग करत आहेत. आपल्या देशातील किमान काही हजार ग्रामपंचायतींच्या हद्दीत बांबूखालील क्षेत्र आहे. त्या भागातील अर्थकारण, रोजगारनिर्मिती, किफायतशीर घरबांधणी, ऊर्जा या क्षेत्रांत मूलभूत बदल घडवून आणण्याची ताकद या एका वनस्पतीमध्ये आहे.

वनस्पतिशास्त्राच्या दृष्टीने बांबू ही गमतीशीर वनस्पती आहे. बांबू १०० ते १२० फूट उंच वाढतो. खरे वाटणार नाही; पण ही पूर्ण वाढ ४० ते ६० दिवसांत होते! बांबूची उंची त्याच्या फक्त पहिल्याच वर्षी वाढते. दुसरी वैशिष्ट्यपूर्ण गोष्ट म्हणजे बांबूला येणारा मोहर. बांबूच्या बहुतेक जातींना ठरावीक वर्षांनी मोहर येतो. तो कालावधी ३०-३५ ते १०० वर्षे एवढा असू शकतो!

सुदैवाने महाराष्ट्रात बहुतेक भागात बांबू नैसर्गिकरीत्या येतो. त्यातील काही जाती आर्थिकदृष्ट्या महत्त्वाच्या आहेत. तसेच जगभरातल्या काही महत्त्वाच्या बांबू जाती वाढवण्याचे प्रयोग आपल्या येथे यशस्वी झाले आहेत. केंद्र सरकारने 'बांबू मिशन' अशी एक महत्त्वाकांक्षी योजनाही कार्यरत केली आहे; तर महाराष्ट्र शासनाने बांबूसंबंधी स्वतंत्र धोरण जाहीर करून एक उच्चस्तरीय समितीही नेमली आहे.

असे असूनही या गुणी, बहुआयामी वनस्पतीसंबंधी एकंदर उदासीनताच आढळून येते. त्याचे समग्र स्वरूप, त्याच्या विविध उपयोगांच्या शक्यता सजग वाचकांपर्यंत पोहोचाव्यात या हेतूने या पुस्तकाची निर्मिती केली आहे. विविध वयोगट व विद्याशाखांचे विद्यार्थी व त्यांचे शिक्षक; शेतकरी, पर्यावरणप्रेमी, धोरणकर्ते व उद्योजक अशा सर्वांना बांबूसंबंधी किमान माहिती मिळेल, या क्षेत्रात नवे काही करण्याची दिशा सापडेल अशा प्रकारे या पुस्तकाची रचना केली आहे. या पुस्तकाचे संपादन व लेखनाच्या निमित्ताने अनेक व्यक्ती, संस्थांची माहिती झाली, संबंध जुळले. ग्रामीण रोजगारनिर्मिती, पर्यावरण, पर्यायी जीवनशैली, गृहबांधणी अशा विविध क्षेत्रांत या व्यक्ती, संस्था निरलसपणे, सातत्याने काम करत आहेत. पैसा, नाव, प्रसिद्धी अशा लौकिक गोष्टींनी त्यांना बांधून ठेवलेले नाही. अशा व्यक्तींच्या कामांमधून सर्व संबंधितांना जी ऊर्जा मिळते, ती मोजता येत नाही, शब्दांत पकडता येत नाही. अशी ऊर्जा या पुस्तकाच्या कामातून मिळाली.

बांबूसारखा जगण्याच्या अनेक अंगांना भिडणारा विषय. त्याचे सर्व पैलू समजून घेणे, उलगडून दाखवणे हे एकट्यादुकट्याचे कामच नाही. अनेकांची मदत व मार्गदर्शन या पुस्तकाला लाभले. त्यांची श्रेयनामावली स्वतंत्रपणे दिली आहेच. परंतु सर्वश्री हिमांशु तुळपुळे, सुबोध कुलकर्णी, हेमंत बेडेकर यांचे विशेष आभार मानावेसे वाटतात. अनेक वर्षे ते या क्षेत्रात काम करत आहेत. या सर्वांचे या विषयाचे प्रेम व त्याची सखोल माहिती यांचा या पुस्तकात महत्त्वाचा वाटा आहे. अर्थात, पुस्तकातील त्रुटी व दोष संपादकाचे आहेत. तज्ज्ञ व्यक्तींनी ते दाखवून दिल्यास पुढील आवृत्तीमध्ये सुधारणा करता येईल.

पुस्तकाची रचना सर्वसामान्य जिज्ञासू वाचक डोळ्यांसमोर ठेवून केली आहे. त्यामुळे बांबू जातींची शास्त्रीय नावे इत्यादींची पुनरावृत्ती टाळली आहे; तीच गोष्ट आकडेवारीची. परिपूर्ण, खातरीशीर व अद्ययावत आकडेवारी मिळणे आजही एवढे सुकर नाही. त्यामुळे आकडेवारीत काही त्रुटी असण्याची शक्यता आहे. अशा महत्त्वाच्या परंतु दुर्लक्षित विषयावर मराठीत अगदीच थोडी पुस्तके आहेत. या विषयावर काम करण्याची संधी दिल्याबद्दल *सकाळ प्रकाशन* चे मन:पूर्वक आभार.

- श्रीनिवास पंडीत
(संपादक, सहलेखक)

अनुक्रमणिका

विभाग १ : लागवड व लघुउद्योग

विभाग २ : वापर व संस्कृती

विभाग ३ : जागतिक

विभाग ४ : उद्योगधंदे

विभाग ५ : बांबू संशोधन व माहितीचे प्रसारण

विभाग ६ : परिशिष्ट

विभाग १: लागवड व लघुउद्योग

गुआडुआ बांबू, दक्षिण अमेरिका

बांबूची ओळख

शास्त्राच्या परिभाषेची भीती आपल्यापैकी बहुतेकांच्या मनात असते. परंतु एखाद्या झाडाची लागवड करायची असेल तर त्याची थोडीफार शास्त्रीय माहिती करून घ्यायला हवी. त्यातूनच त्या झाडाची वैशिष्ट्ये, गरजा, त्याच्या वाढीचा प्रकार ठाऊक होतो. त्यामुळे आपण त्याची निगा-देखभाल जास्त चांगल्या प्रकारे करू शकतो. त्यामुळे उत्पन्नही वाढते. या दृष्टीने इथे बांबूची किमान ओळख करून दिली आहे.

वनस्पतिशास्त्राने झाडांची विभागणी अनेक प्रकारे केली आहे. एकदल व द्विदल हा त्यातीलच एक प्रकार. बहुतेक मोठे वृक्ष तसेच डाळी, कडधान्ये इत्यादी द्विदल प्रकारात मोडतात, तर तृणवर्गीय वनस्पती (गहू, तांदूळ) तसेच ताडवर्गीय वनस्पती (नारळ, पाम इत्यादी) एकदल या प्रकारात मोडतात.

साधारणतः झाड जेवढे उंच वाढते, तेवढे त्याची मुळे जमिनीत खोल जातात. तृणवर्गीय वनस्पतींना असे सोटमूळ नसते. एवढे उंच वाढायचे तर अन्नाचा साठाही तेवढाच असायला हवा. बांबूचे खोड अर्धे जमिनीत तर अर्धे जमिनीबाहेर समांतर वाढते व अन्नसाठा करते. याला भूमिगत खोड असे म्हणतात. म्हणजेच वर येणारे बांबू या एक प्रकारच्या त्याच्या फांद्याच आहेत. हे भूमिगत खोड जेवढे वाढत जाईल, तेवढे जास्त कोंब फुटतात; तसेच प्रत्येक वर्षी नवा येणारा बांबू जास्त जाड व जास्त उंच असतो.

वनस्पतीचे खोड

याचा आडवा छेद घेतला तर सर्वात आतील मृदू भाग, त्याबाहेर पाणी खालून वर नेणाऱ्या उती, नंतर पानांनी बनवलेले अन्न मुळाकडे नेणाऱ्या उती व त्याबाहेर खोडाचे साल (cambium) दिसून येते. सालाचेही अनेक थर असतात. हे सतत वाढत असल्यामुळे झाडाचे खोड जाड होत जाते.

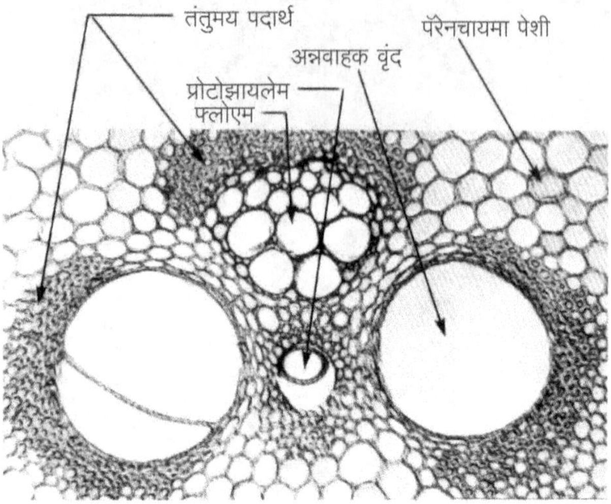

बांबूचा आडवा छेद

परंतु एकदल वनस्पतींमध्ये या उती खोडात सर्वत्र पसरलेल्या असतात. त्यामुळे तेथील पेशी, तंतू व उतींनी पूर्ण आकार धारण केल्यावर खोडाच्या जाडीत वाढ होत नाही. खोडाला ताकद देण्यासाठी व उतींना उभे करण्यासाठी तंतूंची रचना असते. (याच तंतूंचा वापर कागदनिर्मितीमध्ये केला जातो.) या तंतूंच्या उतींना एकत्र धरून ठेवणाऱ्या पदार्थाला 'लिग्नीन' असे म्हणतात.

बांबूची उंची वाढणे : बांबूच्या खोडमुळावरचा डोळा सूक्ष्मदर्शकाखाली पाहिला, तर त्यात एकात एक ठासून भरलेली ३५ वा अधिक पेरे दिसू शकतात. (या पेरांची संख्या प्रत्येक बांबूत जन्मत: निश्चित असते.) रेडिओमधील अँटेना आपण बाहेर काढतो, त्याप्रमाणे ही पेरे क्रमाने वाढतात. त्यामुळे बांबूची उंची वाढते.

पण निसर्गाचा चमत्कार म्हणजे ही वाढ फक्त ६० ते ७० दिवसांत होते. म्हणजे, ७०-८० फुटाच्या बांबूची वाढ ६० ते ७० दिवसांत पूर्ण होते. याचा अर्थ काही जातींचे बांबू दिवसाला एक ते सव्वा फूट वाढतात! त्यानंतर तो फक्त भरीव आणि पक्क होत जातो.

बांबूचा मोहर

असेच दुसरे आश्चर्य म्हणजे बांबूला येणारा मोहर. हंगामी व बहुवर्षायू असा झाडांच्या विभागणीचा एक प्रकार आहे. गहू, तांदूळ वा मिरची, वांगी ही झाडे तीन-चार महिन्यांत आपला जीवनक्रम पूर्ण करतात; तर वड, आंबा ही झाडे १००-१२५ वर्षे फळे देत राहतात.

बांबूच्या प्रत्येक जातीचे आयुष्यमान विभिन्न असते. त्यातील काही जातींना मोहर येतच नाही, तर काही जातींना मोहर येतो; पण त्यात फलधारणा होत नाही. बहुसंख्य जातींना विशिष्ट काळाने मोहर येतो. हा काळ जातीप्रमाणे तीन-चार ते अगदी १२५ वर्षे एवढा वेगवेगळा असतो.

यातील वाईट गोष्ट म्हणजे मोहर आल्यानंतर बांबूची पाने झडून जातात, अन्ननिर्मिती थांबते, कंद वाळून जातात आणि बेट नष्ट होते. ही पूर्ण प्रक्रिया घडायला एखाद्या क्षेत्रात दोन-तीन वर्षे लागतात. थोडक्यात, शाकीय पद्धतीने निर्माण केलेले रोपांचे बेट, ज्या वर्षी त्याच्या मातृवृक्षाला मोहर येतो, त्याच वर्षी मरते. यातील आणखी आश्चर्याची गोष्ट म्हणजे, तो मूळ मातृवृक्ष व बांबूचे बेट जगाच्या कोणत्याही भागात असले, तरी ही प्रक्रिया एकाच वेळी घडते.

साधारणत: मोहर येण्याच्या आधीच्या वर्षी बेटातून नवीन कोंब येत नाहीत; तसेच मोहर येण्याच्या वर्षी बेटातील सर्व बांबू कापल्यास बहराच्या (फुले असणाऱ्या) फांद्याच येतात, अशी निरीक्षणे नोंदवली गेली आहेत.

जिथे एखाद्याच जातीचा बांबू मोठ्या प्रमाणात असेल, तेथील चित्र पार बदलून जाते. सर्व बांबू एक-दोन वर्षांत वाळून जातात. जमिनीवर बियांचा खच पडतो. त्या खाण्यासाठी उंदीर-घुशी अतोनात वाढतात. बांबूवर उपजीविका अवलंबून असणाऱ्या आदिवासी जमाती व बांबू पानांवर जगणाऱ्या वन्य प्राण्यांचे हाल होतात. आदिवासींना पोट भरण्यासाठी बियांचा आधार मिळतो इतकेच! (अशी परिस्थिती २००२-०३ मध्ये ईशान्य भारतात उद्भवली होती.)

मोहर येऊन बांबू बेटे नष्ट होण्याचे इतर अनेक परिणाम होतात. बिया संपल्यावर उंदीर-घुशी इतर पिके-झाडे यांची हानी करतात. मोठ्या प्रमाणातील वाळलेले कंद, बांबू यांची वाहतूक, वापर करणे अवघड असते. हे बांबू कापले नाहीत, तर वणवे लागून इतर झाडेही जळून जाऊ शकतात.

मोहर येण्याच्या काळात बांबू वनाचे चित्र पालटून जाते. सर्व रान भकास दिसू लागते. मग पावसाळ्यात सारे रान बांबूच्या हिरव्या पात्यांनी भरून जाते व निसर्गचक्र पुन्हा सुरू होते.

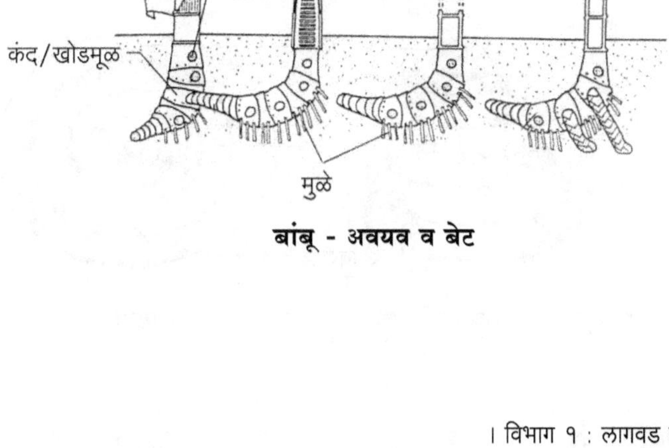

बांबू - अवयव व बेट

बांबू बिया

बांबू बीचा आकार व आकारमान यात प्रचंड विविधता असते. जातीप्रमाणे तांदळाचा दाणा ते सफरचंद एवढ्या आकारमानाचे बी असू शकते. आदिवासी जमाती त्यांचा तृणधान्याप्रमाणे वापर करतात. त्याची खीर हे पक्वान्न समजले जाते.

बीची सुप्तावस्था फार कमी काळ असते. त्याच काळात रोपनिर्मिती होऊ शकते. केरळ वनसंशोधन संस्थेने बियांची योग्य साठवणूक करण्याचे तंत्रज्ञान विकसित केले आहे : (१) हवाबंद डब्यात साठवून डबे डेसिकेटर वा नियंत्रित आर्द्रता कक्षात ठेवणे वा (२) कमी तापमानाने बीच्या श्वसनाचा वेग कमी करणे.

लागवडीच्या दृष्टीने महत्त्वाचे

मोठ्या प्रमाणावर लागवड करायची असेल, तर आपण जी जात लावणार आहोत त्याच्या मोहर येण्याच्या काळाची माहिती घ्यावी. रोपे घेताना त्याचे बी कुठले, कधीचे आहे याची माहिती मिळवण्याचा प्रयत्न करावा.

मेस : सुदैवाने महाराष्ट्रातील महत्त्वाची मेस/मानवेल जात मोहर आल्यामुळे मरून जात नाही. त्यातील ठरावीक बेटातील काही बांबूंनाच एक वर्षाआड, नोव्हेंबर ते मे या कालावधीत मोहर येतो.

रोपवाटिकाधारकांसाठी बांबूला मोहर येणे ही सुसंधी असते. त्या काळात बिया गोळा करून ठेवता येतात.

जातीप्रमाणे वाढीचे/बेटांचे प्रकार

मोहर येण्याप्रमाणेच वाढीमध्येही बांबूबाबत खूप विविधता आढळून येते. बांबूचे काही प्रकार झुडपाप्रमाणे वाढतात, काही वेलीप्रमाणे, तर काही झाडांप्रमाणे. शोभिवंत बांबू लावायचा आहे वा त्याची रोपवाटिका करायची आहे, अशांना या वाढीची माहिती असणे गरजेचे आहे; पण महाराष्ट्रात वाढणाऱ्या, व्यापारी महत्त्व असणाऱ्या जाती साधारण झाडांप्रमाणेच वाढतात. अशा जातींची सविस्तर माहिती स्वतंत्र तक्त्यात (पृष्ठ क्र. १६) दिली आहे.

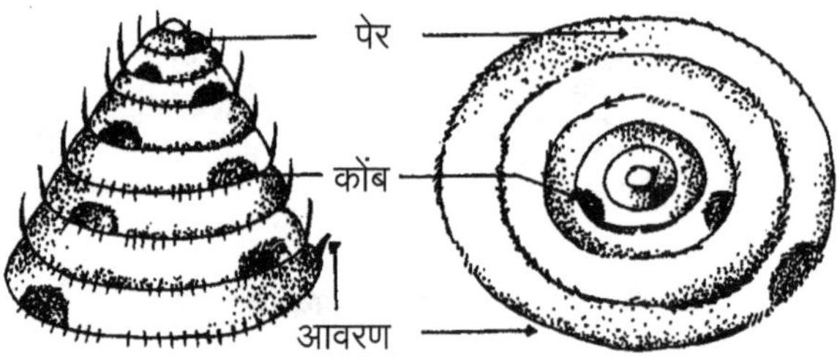

खोडमुळावरील नव्या कोंबाचा उभा छेद **आडवा छेद**

खोडमूळ सरळ वाढणाऱ्या बांबू जाती : आपल्याकडील बांबूची खोडमुळे सर्वत्र दाट वाढून त्याचे बेट तयार होते. याला शास्त्रीय भाषेत पॅचीमॉर्फ अथवा सिम्पोडिअल असे म्हटले जाते.

बांबूच्या काही प्रकारांमध्ये खोडमूळही बांबूसारखेच पोकळ, पेरापेरांचे असते. ते जमिनीखाली, जमिनीला समांतर, लांबच लांब वाढते (लेप्टोमॉर्फ वा मोनोपोडिअल). समशीतोष्ण कटिबंधातील बहुतेक बांबूचे प्रकार अशा रीतीने वाढतात. अशी बांबूवने आकर्षक दिसतात. जमिनीत योग्य ठिकाणी अडथळे करून (प्लास्टिक वा काँक्रीट) अशा बांबूची रांग हव्या त्या दिशेने वाढवता येते.

योग्य हवामान व जमीन : बांबू सातपुडा पर्वत, चंद्रपूर जिल्ह्यातील कोरड्या हवामानात वाढतो; कोकण, मावळातल्या दमट हवामानात वाढतो; तसेच तो समुद्रसपाटीपासून चार हजार मीटर उंचीवर, हिमालयाच्या पायथ्याशीही वाढतो. फक्त पाणी साचून राहणाऱ्या जमिनीत तो जगू शकत नाही.

फायदेशीर लागवडीसाठी मातीची खोली किमान दीड फूट असावी. दुसरी गरज आहे ती मातीचा योग्य सामू (पीएच) असण्याची. जमीन अल्कली वा आम्लधर्मी आहे हे सामूवरून समजते. सात सामू असणारी जमीन सर्व प्रकारच्या लागवडीसाठी आदर्श समजली जाते. सातपेक्षा जास्त सामू असेल तर ती जमीन अल्कली व कमी असेल तर आम्लधर्मी असते. लाल मातीच्या जमिनी आम्लधर्मी असतात. त्या जमिनीतील स्फुरद पिके/झाडे घेऊ शकत नाहीत. त्यासाठी स्फुरदसोबत तो विरघळवणारे जीवाणू (पीएसबी) व भरपूर सेंद्रिय पदार्थांचा वापर आवश्यक आहे. ते वापरून जमिनीचा सामू सातपर्यंत वाढवण्याचा प्रयत्न करावा. कारण अपेक्षित बांबू उत्पादनासाठी पाच ते सात सामू असावा लागतो. परंतु व्यापारी लागवड करताना त्या-त्या हवामानात आणि जमिनीत वाढणारी बांबूची जातच लावावी. अपेक्षित दर्जा व उत्पन्न मिळवण्यासाठी ते आवश्यक आहे.

सेंद्रिय पदार्थ वापरल्यामुळे जमिनीतील सेंद्रिय कर्बही वाढतो. तो किमान २ टक्के असला पाहिजे. (लाल धुपलेल्या जमिनीत तो ०.५ ते ०.७५% एवढा कमी असतो.) सेंद्रिय कर्बाचे योग्य प्रमाण व योग्य सामू या चांगले उत्पादन व झाडांची निरोगी वाढ, दोन्हींसाठी अत्यावश्यक गोष्टी आहेत.

■■

महाराष्ट्रातील महत्त्वाच्या बांबू जाती

जात	योग्य जमीन, हवामान, आढळ इत्यादी	वर्णन	मोहर/बिया	उपयोग
मेस, चिवारी Dendro stocksii	समुद्रसपाटीपासून १००० मीटरपर्यंत तापमान : २० ते ४५ डिग्री, दमट पाऊस : ७५० ते १००० मिमी, शुष्क पानगळीचे जंगल, डोंगरउतार, चांगली जमीन, पाणी कमी लागते. रायगड, सिंधुदुर्ग, कोल्हापूर, यवत, चंद्रपूर, गडचिरोली, अकोला, धुळे, नाशिक, ठाणे (उत्तर भाग); पश्चिम घाटात नैसर्गिकरीत्या	उंची : ७ ते १६ मीटर, व्यास : २ ते ८ सेंमी, रंग : हिरवा, पेर : ४५ ते ५० सेंमी एकसारख्या जाडीचे, तळाजवळील गाठीतून आंगतुक मुळे, गाठी फुगीर, भरीव १५ पेरापर्यंत. खोडावर पोपटी रंगाची भुकटी	फुले येतात. बी धरत नाही. शाकीय पुनरुत्पादन	पहाड, परात, फर्निचर, दात कोरणे, टोपल्या, कागद, उदबत्ती, टूथपिक, बहुउपयोगी
कळक/ काटस काष्टी Bamboosa Arun-dinacae/ Bamboosa Bambis	समुद्रसपाटीपासून १००० मीटरपर्यंत, दमट, पानगळी जंगले, पाण्याजवळ मध्य व दक्षिण भारतात जास्त, नाशिक, ठाणे, सातारा, गडचिरोली, चंद्रपूर, कोल्हापूर	उंची : २० ते ३० मीटर, व्यास : १५ ते १८ सेंमी, पेर : २० ते ४० सेंमी, जाडी : १०.५ सेंमी, तळाकडे काटे, पोकळ, गाठ मोठी, काटे नसलेल्या जाती आहेत.	४० ते ६० वर्षे बी : लांब, गुळगुळीत, एका बाजूला चोच. दर वर्षी काही बेटांना मोहर.	कागद, फळी, टोपल्या, घरबांधणी, कुंपण, कोंब खाण्यासाठी, चटया, शिड्या, प्लायवूड. काटे सोडल्यास सर्वात उपयुक्त जात
माणगा, मानवेल, लाठी बास Dendro, stricts	ईशान्य भारत सोडून सर्वत्र, सर्व प्रकारचे हवामान	खालची पेरे भरीव, शेंडा पोकळ, वाकलेला	३० ते ४० वर्षे. बेट मरते.	सर्व प्रकारचे उपयोग

जात	योग्य जमीन, हवामान, आढळ इत्यादी	वर्णन	मोहर/बिया	उपयोग
चिवा/हुडा P. Ritcheyi	सर्व प्रकारचे हवामान, कमी पाऊस, सावली चालते. कोल्हापूर, सातारा, रत्नागिरी, सिंधुदुर्ग इथे मोठ्या प्रमाणात. ठाणे नाशिक इथे तुरळक. फक्त सह्याद्री पर्वतात नैसर्गिक	उंची : ४ ते ६ मीटर, व्यास : ३.५ सेंमी, पेर : १.५ फूट भरीव, सरळ वाढ, पेरगाठी नरम, पिवळसर पांढरा	४० ते ६० वर्षे	टोपल्या, फर्निचर, काठ्या
पिवळा बांबू Bamboosa Vulgaris	दमट हवामान. भारत, जगात सर्वत्र	उंची : २० मीटर गुळगुळीत, चमकदार, पिवळसर हिरव्या रेषा, बेट विरळ, पिठूळ भाग जास्त, पोकळ	फुले येत नाहीत. शाकीय पुनरुत्पादन	कागद, कोंब, फर्निचर. कमी टिकाऊ
मोठा बांबू	समुद्रसपाटीपासून १२०० मीटरपर्यंत आर्द्र हवामान, नदी, ओढे यांच्याजवळ	व्यास : १० ते १५ सेंमी, ८० फुटापर्यंत वाढू शकतो. २ इंच जाडी	१०० वर्षे	परात, पहाड, शोभिवंत
त्रावणकोरिका Oclanda travan	दमट / पानगळ / सदाहरित वने	झुडपासारखी वाढ, उंची : ४ ते ६ मीटर, व्यास : ३.० सेंमी, पेर : १.० मीटर पडदा पातळ, पेरगाठ कठीण	-	वस्तू बनवण्यासाठी, बोरू

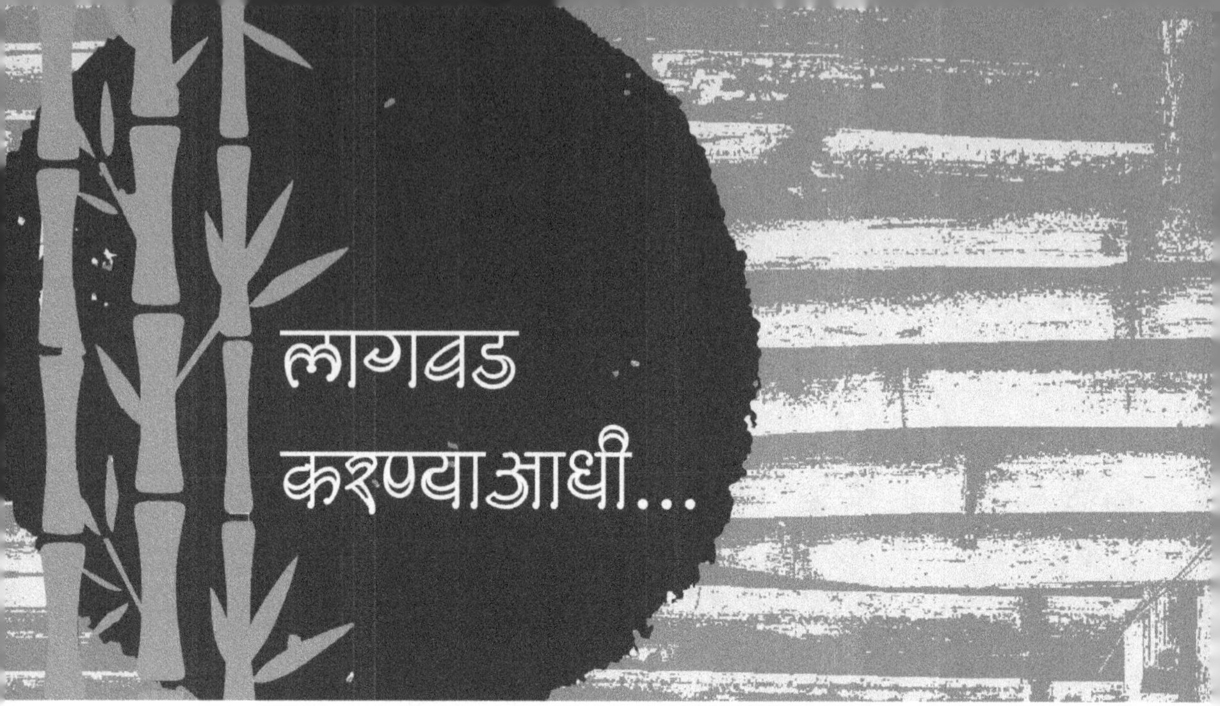

लागवड करण्याआधी...

साधारणतः ग्रामीण भागातील शेतकऱ्याला आपल्या भागात कोणती झाडे, कोणत्या मातीत चांगली येतात, त्यांची वाढ, त्याला मिळणारा दर याची कल्पना असते. शहरी उत्साही, व्यावसायिक वा हौशी शेतकऱ्याला बहुधा पुस्तकी माहिती जास्त असते. पण शेतीतील बारकावे, ग्रामीण भागातील काम करण्याची पद्धत व मानसिकता, शेतकऱ्याची होणारी अडवणूक त्यांना ठाऊक नसते. त्यासाठी काही सोप्या, उघड (obvious) गोष्टी मुद्दाम विचारार्थ नोंदवत आहे.

१. **शेतीसाठीचे भांडवल - लंबी रेस का घोडा :** कोणत्याही शेतीतून खरे उत्पन्न सुरू व्हायला सात-आठ वर्षे लागतात. फळबागांचे आयुष्य सुमारे पन्नास वर्षे असते. बांबू बेटाचे सरासरी आयुष्य चाळीस वर्षे धरतात. यातील पहिली सात-आठ वर्षे कोणतेही उत्पन्न शेतीतून मिळत नाही. आंतरपीक घेतल्यास कमाई होते; पण त्यासाठी वेगळी गुंतवणूक, त्या पिकाचा सखोल अभ्यास करावा लागतो. प्रत्यक्ष लागवडीहून जास्त खर्च पायाभूत सोयींसाठी– उदाहरणार्थ, विहीर, वीजजोडणी, आतील रस्ते, कुंपण, शेड– करावा लागतो. याचे शक्य तेवढे तपशीलवार अंदाज व नियोजन करणे गरजेचे आहे.

२. **आर्थिक, शारीरिक, मानसिक स्थिती :** शेती हा दगदगीचा व्यवसाय आहे. कुटुंबाच्या किमान पुढच्या दहा वर्षांच्या आर्थिक गरजांची (घर, विवाह, शिक्षण) तरतूद झाली आहे ना याची खातरी करावी, तसेच किमान तेवढा काळ आपली शारीरिक, मानसिक ताकद टिकेल ना, असा प्रश्न स्वतःला विचारावा. आपल्या कुटुंबीयांशीही सविस्तर चर्चा करावी.

३. **मनुष्यबळ :** शेतात काम करणारी माणसे शिकू शकणारी, प्रामाणिक व उत्साही हवीत. असे मनुष्यबळ मिळू शकते, याची खातरी करावी. मजुरीचा दर, कामाची पद्धत, हंगामी उपलब्धता यांचाही अंदाज घ्यावा. अशी माणसे मिळवणे, शोधणे, टिकवणे तसेच त्यांना नवीन शेती पद्धती शिकवणे, त्यांच्याकडून परंपरागत ज्ञान शिकणे ही यशस्वी शेतीची पहिली अट आहे.

४. **जागेची निवड :** सद्य:स्थितीत जमिनींचे भाव एवढे आहेत की, तो खर्च जोडल्यास कोणतीही शेती फायद्याची होऊच शकत नाही. अर्थातच जमीन विकताना चांगला फायदा होतो, ही या नाण्याची दुसरी बाजू आहे. त्यामुळे जमीन घेताना आपापल्या खिशाच्या आकाराप्रमाणेच घेतली जाते. बांबूसाठी उत्तम, सुपीक जमीन, भरपूर पाणी यांची आवश्यकता नाही; पण व्यापारी उत्पन्न घ्यायचे असेल तर माती किमान दीड फूट खोल असावी. त्याहून कमी खोलीच्या जमिनीत अपेक्षित वाढ/उत्पन्न मिळू शकत नाही, तसेच जागा पाणी साचणारी नसावी. डोंगरउताराच्या जमिनी वृक्षतोड व अती पावसामुळे निकस झालेल्या आहेत. त्यांची सुपीकता सुधारायला किमान दोन-तीन वर्षे व भरपूर सेंद्रिय पदार्थ लागतात. त्याचीही आर्थिक-मानसिक तयारी ठेवावी.

५. **रस्ता वाहतूक :** दुर्गम जागी अजूनही स्वस्त दरात जमिनी मिळतात. तिथपर्यंत रस्ता करण्याचा खर्च, त्यासाठीचा वेळ (मानसिक, कायदेशीर कटकटी) तसेच अशा रस्त्याने जाण्यासाठीचा वेळ, थकवा यांचा नीट अंदाज घ्यावा.

६. **पाणी :** बांबू बेटाला प्रति दिवस १० लीटर पाणी वर्षातील सहा महिने पुरेसे होते. जास्त पावसाच्या प्रदेशात रुजलेली बांबू झाडे सहसा मरत नाहीत. पण चांगले उत्पादन घ्यायचे असल्यास विहीर, बोअर घेणे इत्यादी गोष्टी पावसाळ्याआधी पूर्ण कराव्यात.
हल्ली शेततळ्याचाही भरपूर प्रचार केला जात आहे. बांबूसाठी ही पद्धत उपयुक्त व किफायतशीर ठरू शकते. उतारावर लागवड असल्यास उंच ठिकाणी योग्य जागी शेततळे व गुरुत्वाकर्षणाने ठिबकने पाणी पुरवणे हे सर्वात कमी खर्चात होऊ शकते. त्यासाठी विजेवरही अवलंबून राहावे लागत नाही. फक्त वनभागात रानटी जनावरांपासून शेततळ्याचा बंदोबस्त व्यवस्थित करून घ्यावा.

७. **आतील रस्ते :** क्षेत्र/लागवड मोठी असल्यास सुरुवातीलाच पूर्ण क्षेत्राचा व्यवस्थित आराखडा (लागवड, शेड, रखवालदाराचे घर इत्यादी) आधी तयार करावा. कंटूरप्रमाणे किमान कच्चे रस्ते तयार करावेत. शेतीत गुंतवणूक झाल्यावर नंतर कुंपण, रस्ते या अनुत्पादक वाटणाऱ्या गोष्टीत पैसे गुंतवण्याची इच्छा होत नाही. परंतु रस्ते नसल्यास वाहतूक, मजुरी यात फार जास्त रक्कम खर्च होते.

८. **कुंपण :** भटकी गुरे, जंगली प्राणी अनेक जातींच्या बांबूची पाने आवडीने खातात. कोंब १५-२० दिवसच खाण्यासारखे असतात. पण रानडुकरे ते शोधूनशोधून खातात. या प्राण्यांच्या वावरामुळे बेटांचे नुकसान (बांबू मोडणे) जास्त होते. हे कुंपणही स्वस्तात होऊ शकते. जंगली झाडांचे वासे पुरून त्याला काटेरी तार लावावी. त्याबाहेरून टणटणी,

निरगुडी इत्यादी स्थानिक झाडांचे फाटे लावल्यास तीन-चार वर्षातच दाट कुंपण तयार होते. वाशांना खाली डांबर लावल्यास ते जास्त काळ टिकतात. पांगारा, भेंड, उंदीरमारी (गिरीपुष्प) यांच्या जाड फांद्या पावसाच्या सुरुवातीला लावल्यास रुजतात. दरवर्षी त्या छाटून खतासाठी वापरता येतात.

९. **योग्य जात निवडणे :** पूर्ण वेळ शेती करणे शक्य नाही व शेतीचा अनुभवही नाही, अशा इच्छुकांनी सुरुवातीला शक्यतो त्या-त्या भागात लावली जाणारी व मागणी असणारी जात ९०% लावावी. शेतमालाचा पुरवठा, मागणी, दर अशा गोष्टींची विश्वासार्ह माहिती देणारी आपल्याकडे कोणतीच यंत्रणा नाही. तरीही वेगवेगळ्या पद्धतीने चौकशी करून जास्तीतजास्त माहिती गोळा करावी. कोणताही शेतीमाल विकायला गेलो, तर घेणारा दर पाडूनच मागत असतो, असा सार्वत्रिक अनुभव आहे.

कोणत्याही गोष्टीचे दहा वर्षानंतर काय दर असतील यांचा अंदाज करणे ही अशक्य कोटीतील गोष्ट आहे. पण त्या वेळी आपले उत्पादन किती होईल याचा अंदाज बांधता येतो. उदाहरणार्थ, एक एकर क्षेत्रात योग्य व्यवस्थापनाखाली दहा वर्षानंतर सुमारे १० हजार बांबू मिळतील. ही संख्या फार मोठी वाटू शकते. पण खरे तर तसे नाही. पुण्यातील मुळशी, पानशेत या भागात बांबूचे शेकडो एकर क्षेत्र आहे. येथील सर्व बांबू पुण्यातील बांधकाम, मांडव वा बुरुडकामासाठी सहज विकला जातो. सिंधुदुर्ग जिल्ह्यातही बांबूचे मोठे क्षेत्र आहे. तेथील चांगल्या दर्जाचा बांबू कुडाळ येथील प्रक्रिया उद्योग चांगल्या दराने घेतात; तर काहीशे ट्रक बांबू दलालांमार्फत गोवा व बंगळुरू इथे पाठवला जातो.

अशा प्रकारची आपल्या भागातील माहिती शेतकऱ्याने गोळा करावी असे सुचवावेसे वाटते. बांबूचे इतर उपयोग, त्यावरील प्रक्रिया, इतर बाजारपेठा यांचीही माहिती घ्यावी. त्या आधारे स्वतंत्र उद्योग सुरू करता येईल कीं याचाही विचार नंतर सुरू करावा.

१०. **वेगळ्या जातींची लागवड :** महाराष्ट्रातील विविध भागांत बांबूच्या सुमारे २० जाती रोपवाटिकांमध्ये मिळू शकतात. त्यातील अनेक मूळच्या महाराष्ट्र व भारताबाहेरच्याही आहेत. त्यातील काही जाती शोभेच्या, बागेत लावण्यासाठीच्या आहेत. उदाहरणार्थ, काळा, सोनेरी, पांढरा बांबू इत्यादी. बाकी जाती विविध गुणधर्म, उपयोग असणाऱ्या आहेत. उदाहरणार्थ, बांधकामासाठीचा गुआडुआ, प्रचंड वाढणारा भालो बांबू इत्यादी. यातील काही जाती बुरुडकामासाठी जास्त उपयुक्त आहेत; तर काही उदबत्तीच्या काड्यांसाठी. आपली आवडनिवड, बजेट, हवामान या गोष्टींचा विचार करून १०% तरी लागवड अशा वेगळ्या जातींची करावी असे आग्रहाने सुचवावेसे वाटते. त्यामुळे आपल्या जागेत विविध जाती कशा वाढतात त्यांचा अंदाज येईल. त्यातून एखादी जात जास्त उपयुक्त, योग्य आहे याचाही शोध लागू शकतो. लागवड, विक्री करण्यासाठी अशा जातींची रोपे बनवता येतील.

■■

बांधावरती...

लागवडीच्या विविध अंगांचा साधकबाधक विचार केल्यावर आता आपण लागवडीचे नियोजन करू.

झाडांमधील अंतर : महाराष्ट्रातील विविध भागांमधील पद्धतींची माहिती घेतल्यावर ६ × ६ फूट हे अंतर योग्य वाटते. आपल्या जमिनीचा दर्जा, उतार व निवडलेली जात याप्रमाणे हे अंतर कमीजास्त करता येईल. उदाहरणार्थ, वरकस, पाणी कमी असणाऱ्या जमिनीत हे अंतर कमी करता येईल. कमी उंच असणाऱ्या जातींसाठी हे अंतर योग्य आहे; तर कळकासारख्या वेगाने पसरणाऱ्या जातींसाठी अंतर थोडे जास्त ठेवावे. तसेच अंतर कमी ५ × ५ ठेवले असेल तर झाडे आवडदिवड (त्रिकोणी) पद्धतीने लावावीत.

डोंगरउतारावरील लागवड समतल पातळीत करावी. हल्ली असा नकाशा यंत्राद्वारे वेगाने करता येतो. लागवडीच्या फूटभर मागे २ × १ × १ फूट असा चर घ्यावा. चरातील माती खालच्या बाजूला टाकावी. त्यामुळे वाहणारे पाणी झाडांना जास्त काळ उपलब्ध होईल.

उतारावरील जमिनीत पाणी अडवायचे-जिरवायचे इतर उपाय राबवले तर जास्तच चांगले. एक सोपा, स्वस्त उपाय म्हणजे अशा ठिकाणी वाळ्याचे गवत लावावे. तीन-चार वर्षांत त्याचा घट्ट बांध तयार होतो. त्याची पाने वारंवार छाटून खतासाठी वापरता येतात. हलक्या जमिनीत वाळ्याची मुळे चांगली वाढतात. त्याला दर – मागणी चांगली आहे.

सरकारी योजना/साहाय्य (सबसिडी) व बँककर्ज : महाराष्ट्र सरकारच्या फळबाग लागवड योजनेखाली बांबूची लागवड करता येते. तसेच नॅशनल बांबू मिशनच्या बांबू लागवड तसचे आधारित प्रक्रिया व्यवसाय यासाठी विविध योजना आहेत. त्यांच्या संकेतस्थळावर (वेबसाईटवर) याविषयी सविस्तर माहिती मिळू शकेल.

साधारणत: असे साहाय्य वा बँकेकडून शेतीसाठी कर्ज सहज मिळत नाही असा अनुभव आहे. त्यासाठी भरपूर कागदपत्रे गोळा करावी लागतात. तसेच खूप पाठपुरावा करावा लागतो. असे साहाय्य व कर्जाच्या भरवशावर लागवडीचा विचार न करणे चांगले.

लागवडीचे अर्थशास्त्र

शेतीविषयक पुस्तकात त्या-त्या पिकाचे अर्थशास्त्र, दर वर्षाचा खर्च व जमा असे तक्ते दिलेले असतात. पण असे सार्वत्रिक अर्थशास्त्र शेतीबाबत मांडता येत नाही. कारण -

१. **जमीन :** आज जमिनीच्या दरांमध्ये टोकाची तफावत आहे, तर जमिनीची कोणती किंमत धरावी? तसेच कोणत्याही दोन जमिनी १००% सारख्या नसतात. तेथील मातीचा प्रकार, खोली, त्यातील घटक भिन्न असतात. अर्थातच त्यामुळे प्रत्येक जमिनीची उत्पादनक्षमता वेगळी असते.

२. **मनुष्यबळ :** असाच फरक काम करणाऱ्या माणसांबाबत पडतो. कामाची पद्धत, काम करण्याचा वेग, कामातील अचूकता व मजुरीचा दर या सर्व गोष्टींमध्ये खूप भिन्नता असते. मजुरीसाठी करायच्या कामापेक्षा ५०% जास्त काम मजूर स्वत:च्या कामासाठी करू शकतो वा मालक मजुरांसोबत काम करत असेल तरीही झपाट्याने काम होते.

३. **व्यवस्थापन :** यात अनेक गोष्टी येतात. शेतकऱ्याची निरीक्षणक्षमता, अचूक वेळी योग्य प्रकारे काम करून घेणे, त्याचे मजुरांशी संबंध, त्याची बाजारविषयक माहिती, निर्णयक्षमता इत्यादी.

विक्री व्यवस्थापन : हे शेतीमधील महत्त्वाचे काम आहे. अनुभवी शेतकरीसुद्धा नड असल्यामुळे वा माहितीची नवी साधने वापरत नसल्यामुळे यात मागे पडतो. बांबू विकला न गेल्याचे वा भाव भयंकर पडल्याचे ऐकिवात नाही. वेगवेगळ्या व्यवसायांना लागणारे विशिष्ट आकाराचे बांबू वा त्याचे तुकडे पुरवणे हा नफा वाढवण्याचा हमखास मार्ग आहे. त्यासाठीची उपकरणे, हत्यारे फार महाग नाहीत. असे सोपे व्यवसाय, स्वयंरोजगार यांची माहिती स्वतंत्र प्रकरणात दिली आहे.

अंदाजे उत्पादन : पहिल्या एक-दोन वर्षांत भूमिगत खोड तयार झाल्यावर कोंबांची संख्या व येणाऱ्या बांबूंची उंची व जाडी दरवर्षी वाढत जाते. ऊस, डाळिंब व विशेषत: द्राक्ष पिकाबाबत अतिशय शास्त्रशुद्ध अभ्यास व तंत्र तयार झाले आहे. त्याप्रमाणे हुकमी उत्पादन घेता येते. बांबूबाबत असे प्रमाणीकरण झालेले नाही.

श्री. श्रीकांत थत्ते यांचे *बांबू वनशेती* या पुस्तकात त्यातील थेरगाव, जि. नाशिक येथील बोराडे बंधूंनी केलेली मानवेल बांबू लागवडीची माहिती सोबत देत आहे :

श्री. बोराडे यांची जमीन काळी, कसदार होती. पाणी पुरवठा अनियमित पण भरपूर होता. अशा जमिनीत प्रत्येक बांबूबेटामध्ये सुरुवातीची तीन वर्षे प्रत्येकी तीन, नंतरची चार वर्षे सरासरी चार कोंब आले. त्यानंतरच्या दोन-तीन वर्षी प्रत्येकी पाच-सहा, त्यानंतर दरवर्षी ११ कोंब येणे अपेक्षित होते. याप्रमाणे साधारण ३७ वर्षांच्या तोडीत प्रत्येक बेटापासून ३३२ बांबू मिळतील, असा अंदाज होता. ही लागवड ९ × ४ फूट अंतरावर होती. पहिल्या वर्षीचे बांबू पाच ते सात फूट, दुसऱ्या वर्षीचे १०-१२ फूट तर सहाव्या वर्षीचे २० फूट उंच होते. हा हिशेब वजनामध्ये करायचा तर आठ-नऊ वर्षांनंतर दरवर्षी चार ते साडेचार हजार किलो उत्पादन होईल असा अंदाज होता. यावरून लागवड करू इच्छिणाऱ्यांनी उत्पन्न व उत्पादनाचा अंदाज बांधावा.

कळक, भीमा (Balkua), भालो या जाती खूप उंच वाढतात. योग्य व्यवस्थापन व हवामानात यातील एका बांबूचे वजन ४०-५० किलो (सात ते आठ वर्षांनंतर) होऊ शकते. हा बांबू बहुतांशी कागदनिर्मितीसाठी वापरला जातो. ऊर्जा व प्लायवूड निर्मितीसाठीही त्याचा वापर होऊ शकेल. परंतु असे कारखाने लागवडीच्या क्षेत्रापासून जवळ असणे अत्यंत आवश्यक आहे. तसेच अशा उपयोगांमध्ये बांबूला प्रति किलो दर मिळतो. बांबूसारखी वनस्पती किलोच्या हिशेबात विकणे शेतकऱ्याला फायदेशीर ठरेल, असे वाटत नाही. तसेच यातील कळक बांबूला काटेरी फांद्या असल्यामुळे तो काढण्याचा खर्च जास्त येतो.

मेलोकेन्ना बैसीफेरा (मुळी) हा ईशान्य भारतात मोठ्या क्षेत्रात आहे. तो सहज कापला जातो. त्यामुळे हत्यारे झिजत नाहीत. सात ते आठ एकर क्षेत्रात त्याची लागवड केल्यास उदबत्ती वा टूथपिकच्या काड्या बनवण्याचा एक कारखाना चालू शकतो असा एका अभ्यासकाचा दावा आहे. यासाठीचा बांबू पक्व असण्याची गरज नसते. त्यामुळे दुसऱ्या-तिसऱ्या वर्षीही कारखाना सुरू करता येतो.

तात्पर्य

- कोणत्याही जमिनीत व हवामानात लागवड करता येणे, तिथे वाढ होणे व सहज विक्री या तिन्ही बाबीत बांबू इतर कोणत्याही पिकापेक्षा सरस आहे. त्यात 'रिस्क फॅक्टर' अतिशय कमी आहे.
- एकदा लागवड केल्यावर किमान पाणी व मशागतीत हुकमी ४० वर्षे उत्पन्न, नाशवंत नसणे, अनेक उपयोग असणे, सोप्या प्रक्रियांनी मूल्यवर्धन होणे यात बांबू अजोड आहे.
- घटते वनक्षेत्र, ग्रामीण भागातील मनुष्यबळाची टंचाई, बांबूचे विविध उपयोग व त्याचे पर्यावरणस्नेहीत्व या घटकांमुळे बांबूची मागणी वाढती व पुरवठा कमी असणार आहे.
- सहज वाढ, किमान देखभाल, स्वत:साठी वापर व हुकमी विक्री यामुळे शेतकऱ्यासाठी बांबू जोड लागवड फायद्याची आहे.

या कारणांमुळे किमान लक्ष देऊन शेतीव्यवसाय करू इच्छिणाऱ्यांसाठी बांबू आदर्श आहे.

■■

महत्त्वाच्या इतर बांबू जाती

महाराष्ट्रात आढळणाऱ्या प्रमुख जातींची आपण तक्तारूपाने माहिती घेतली. या स्थानिक जाती आहेत. त्या अनेक उद्योगात वापरता येतात. खरे तर त्यांचाही पूर्ण क्षमतेएवढा वापर आज होत नाही. तो करणे ही प्राथमिक गरज आहे. पण या जातींमध्ये काही वैगुण्ये वा त्रुटी आहेत. जगात वेगवेगळे उपयोग, गरजा यासाठी बांबूच्या अनुरूप जाती वापरल्या जातात. त्यामुळे एका बाजूला त्यांचा पुरेपूर वापर होतो; तर दुसऱ्या बाजूला उत्पादन खर्च कमी होतो. महाराष्ट्र व भारताबाहेरील अशा उपयुक्त जाती आपल्या इथे रुळल्या आहेत वा रुळू शकतात. त्यांची आपण थोडक्यात माहिती घेणार आहोत.

१. डेंड्रो, ब्रँडिसी (dendro, brandisii)

ही मूळची बहुधा ब्रह्मदेशातील जात आहे. पण गेले किमान १५० वर्षे कूर्ग, कर्नाटक इथे त्याची लागवड होत आहे. ही जात बहुगुणी आहे. तसेच कूर्ग व महाराष्ट्र यांच्या हवामानात फार तफावत नाही. त्यामुळे या जातीची लागवड वाढली पाहिजे असे वाटते.

वर्णन : सरळ वाढ, काटे नाहीत. उंची पूर्ण वाढीनंतर ८० फूट, फांद्या फक्त वरील १५ फूट, घेर ८ इंच, जाडी २५ मिमी, वजन १२० किलो, पेर लांबी दीड फूट, बेट दाट होत नाही. मोठी पाने, मोहर येण्याचा कालावधी ६० वर्षे; पहाड, पराती, बांधकाम, प्लायवूड यासाठी उत्तम.

२. **फायटो, ऑलीकेरा**

मूळ बहुधा ब्रह्मदेश, त्रिपुरा इथे मोठ्या प्रमाणात. ३० फूट उंची, ५ सेमी घेर, पूर्ण भरीव, सरळ वाढतो. बेट दाट होते. मोहर दर ५० वर्षांनंतर

वर्णन : लवचीक, हलका व ताकदवान, पेरगाठ दिसतच नाही. तोड अतिशय सोपी, पेरगाठ नसल्याने बांधकाम, फर्निचरसाठी चांगला. पोल व्हॉल्ट उडीसाठी वापरतात. म्हणूनच हा क्रीडाप्रकार बांबूउडी म्हणूनही ओळखला जातो.

३. **मेलोकेन्ना बॅसीफेरा**

मूळ ईशान्य भारत, बेट विरळ, हलका, वजनाच्या मानाने ताकदवान, फांद्या शेंड्याला. टूथपिक, उदबत्तीच्या काड्या यासाठी मोठी मागणी (कारण हत्यारे झिजत नाहीत). सध्या आयात होतो. तिसऱ्या वर्षापासून तोड करता येते.

४. **गुआडुआ**

मूळ द. अमेरिका, उंची ७५ फूट, सरळ वाढ, घेर ७५ मिमी, जाडी १५ मिमी, कमी फांद्या. काटेरी. बहुउपयोगी, बांधकाम व फर्निचरसाठी विशेष उपयुक्त.

टीप : सर्व जातींची मोजमापे ही पूर्ण वाढलेल्या बांबूची आहेत. योग्य व्यवस्थापनाखाली सातव्या-आठव्या वर्षी एवढी वाढ मिळू शकते.

■■

लागवड

बांबूचे शरीरशास्त्र, वाढीचा प्रकार, शेतीचा दीर्घकालीन विचार आपण समजून घेतला. आता बांबूची प्रत्यक्ष लागवड कशी करायची ते आपण पाहू. ही लागवड दोन प्रकारे करता येते : (१) रोपांपासून (२) कंदापासून

१. रोपापासून लागवड

ही एका अर्थाने सर्वात सोपी व किफायतशीर पद्धत आहे. वनविभाग, कृषी विद्यापीठे इथे ठरावीक जातींची रोपे सहज उपलब्ध असतात. निव्वळ बांबूच्या विविध जातींची रोपे विकणाऱ्याही काही रोपवाटिका आहेत. (त्यातील काहींची माहिती पुस्तकात दिली आहे.) रोपे खरेदी करताना, आपल्याला ज्या जातीची लागवड करायची आहे, त्याच जातीचा बांबू आहे ना याची खातरी करून घ्यावी. कारण, बांबू मोठा होईपर्यंत, दोन-तीन वर्षे नक्की कळून येत नाही. यासाठी विश्वासार्ह ठिकाणी रोपे घेणे आवश्यक आहे.

रोपांची वाहतूक, हाताळणी शक्यतो दमट हवामान असताना करावी. नाहीतर मुळांना शॉक (धक्का) बसू शकतो. तसेच लागवड करायची आहे, त्याहून १०% जास्त रोपे नांग्या भरण्यासाठी घ्यावीत.

मोठ्या क्षेत्रात लागवड करायची असल्यास रोपांच्या पिशव्या आणतानाच सावलीत ठिकठिकाणी थोड्याथोड्या उतरवून ठेवाव्यात. म्हणजे लागवड करतानाची मजुरी व वेळ यात बचत होईल.

लागवडीच्या इतर पद्धती

बांबूची विविध अंगे (फांद्या, कंद आदी) उपलब्ध आहेत व सोपे प्रयोग करायची इच्छा आहे, अशा शेतकऱ्यांसाठी लागवडीच्या इतर पद्धतींचा परिचय करून दिला आहे. फांदीपासून रोपनिर्मितीचे अनेक प्रकार आहेत :

१. **पेराच्या गाठीपासून**

अ) **दोन पेरांची पद्धत :** दोन-तीन वर्षांचा जोमदार बांबू खालचे एक पेर ठेवून कापावा. बेचक्यातील डोळ्याला इजा होणार नाही अशा पद्धतीने त्यांच्या फांद्या ५-७ सेंमी ठेवून छाटाव्यात. दोन पेरगाठी व त्याच्या बाहेर ५ सेंमी राहील अशा प्रकारे बांबूचे तुकडे करावेत. काही जातींचे (उदाहरणार्थ, सोनेरी बांबू) असे निव्वळ तुकडे वाफ्यात मातीखाली झाकले तरी त्याला फूट येते. मानवेल (भरीव बांबू)च्या तुकड्याची खालची बाजू केरॅडेक्स/ ह्यूमिक ॲसिड यांच्या द्रावणात २४ तास बुडवून ठेवून मग ते वाफ्यात ठेवावेत. काही जातींना वेगळी प्रक्रिया करावी लागते. ती अशी : १० ग्रॅम एनएए (नॅफ्थॅलीन ॲसिटिक ॲसिड) + ९०% तीव्रतेचे इथाईल अल्कोहोल यांचे मिश्रण करावे. ते १०० लीटर पाण्यात विरघळून घ्यावे. बांबूच्या दोन गाठींच्या मध्ये छोटे भोक पाडून त्यात हे मिश्रण प्रत्येकी १०० मिली ओतावे. मेण व पॉलिथीन पट्टीने भोक बंद करून तुकडे वाफ्यात ठेवावेत.

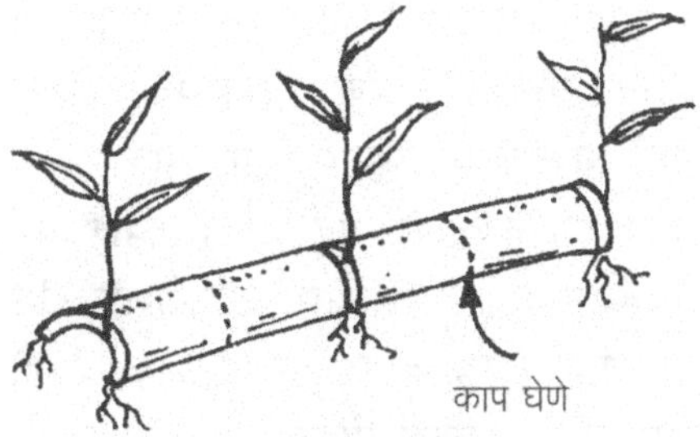

बांबू पेर फाक पद्धत

बांबूसा, डेंड्रोकलॅमस प्रजातीतील काही जातींसाठी ही पद्धत उपयोगी आहे. वाफे अर्धसावलीत असावेत. त्यातील ओलावा सतत टिकून राहावा; तसेच बांबू तुकडे जमिनीत ठेवण्यापूर्वी वाफ्यावर कीड व बुरशीनाशके फवारावीत.

साधारण मार्च महिन्यात ही प्रक्रिया करावी. महिनाभरात पेराच्या गाठीतून नवे धुमारे बाहेर पडतील. पट्टी सोडून ते करवतीने कापावेत. पावसाळ्याच्या सुरुवातीला ही रोपे लावण्याजोगी होतील.

ब) **बांबूचे फाक करणे :** दोन-तीन वर्षे वयाच्या बांबूचे ३-३ पेरांचे तुकडे करावेत. ते मधोमध उभे चिरावेत. हे तुकडे मुळी संवर्धक रसायनात (rooting harmones)मध्ये २४ तास बुडवून ठेवावेत. नंतर वाफ्यात पुरावेत. मुळे व अंकुर वाढल्यावर करवतीने कापून रोपे तयार करावीत.

२. **फांदीपासून रोपे :** ज्या बांबू जातींच्या भित्तिका जाड व फांद्या कणखर असतील, त्यांच्यासाठी या पद्धतीने रोपे बनवता येतात. त्यासाठी एक ते दोन वर्षांच्या पेरगाठीतून मुळे फुटलेल्या फांद्या निवडाव्यात. लांबी ६० ते ८० सेंमी, दोन ते सहा पेरे व टपोरे डोळे

असतील अशा प्रकारे त्यांचे छाट घ्यावेत. हे छाट वाफ्यात सुमारे १० सेंमी खोल लावावेत. १५ ते २० दिवसांनंतर मुळे येऊ लागतील, तर ३०-४० दिवसांनी नवीन कोंब फुटेल. कोंब फुटल्यावर छाट पिशवीत भरावेत.

या पद्धतीमध्ये फांदी बेचक्यातील डोळ्यासकट योग्य प्रकारे काढणे आवश्यक आहे. अन्यथा यात मरतुकीचे प्रमाण फार वाढते. या पद्धतीचे प्रमाणीकरण करणे, संबंधितांना त्याचे प्रशिक्षण देणे गरजेचे आहे. ते झाल्यास खातरीशीर रोपे मोठ्या प्रमाणात रास्त दरात सर्वत्र उपलब्ध होतील व लागवडीस चालना मिळेल.

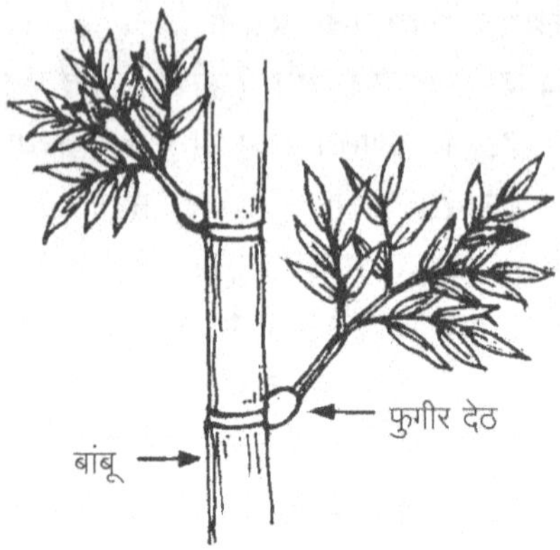

तळ फुगीर असलेली फांदी

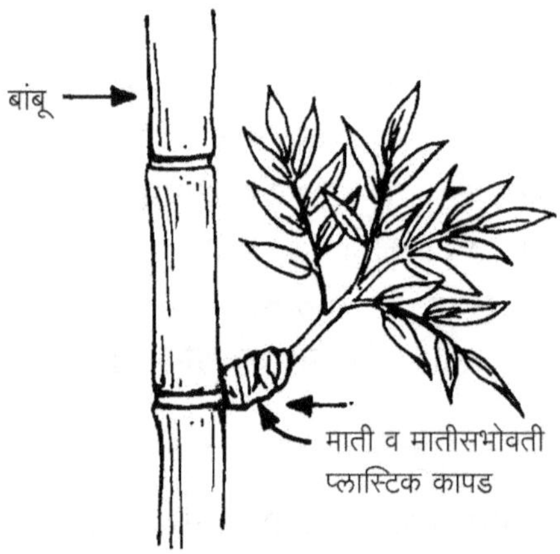

फांदीच्या तळाशी माती लावणे

फांदी मातीने झाकून रोपे बनवणे : फांदी न छाटता जागेवरच या पद्धतीने रोपे बनवता येतात. बांबूच्या जमिनीजवळच्या ज्या फांद्यांची खालची बाजू फुगीर झालेली असते, तो भाग मातीच्या ढिगाने झाकून टाकावा. तेथील माती सतत ओलसर असावी लागते. त्यासाठी हे काम पावसाळ्यात करावे. माती वाहून जाऊ नये यासाठी त्यावर प्लास्टिक कागद पसरावा. खाली कंद व मुळे तयार झाल्यावर ती फांदी मूळ झाडापासून वेगळी करावी.

रोपवाटिका : बांबू लागवड मोठ्या प्रमाणावर करायचे नियोजन व स्वत: रोपे बनवायची इच्छा आहे, त्यांनी योग्य पद्धतीचा अवलंब जरूर करावा. परंतु रोपवाटिका हे स्वतंत्र व्यवसायशास्त्र आहे. त्याची माहिती करून घेणे गरजेचे आहे. पिशवीचा आकार, त्यातील माती-खताचे प्रमाण, रोपे लावण्यावेळचे हवामान अशा प्रत्येक गोष्टींचा रोपाच्या वाढीवर परिणाम होत असतो. हे शिकणे अवघड नाही. मात्र, हे तंत्र नीट आत्मसात करावे लागते. योग्य व्यवस्थापन नसेल तर चांगल्या दर्जाची, पुरेशी रोपे लागवडीच्या वेळी मिळत नाहीत. बाहेरून विकत घेतलेली रोपेच स्वस्त पडतात, असाही अनुभव येतो.

रोपे रुजून येणे व चांगली वाढणे यासाठी हवामानात विशिष्ट आर्द्रता राखणे ही महत्त्वाची गोष्ट आहे. त्यातील साधा, स्वस्त प्रकार म्हणजे योग्य टक्केवारीच्या प्लास्टिक जाळीचा मांडव

(शेडनेट हाउस); तर आधुनिक, तापमान-आर्द्रता आपोआप योग्य राखणारा आर्द्रता कक्ष (मिस्ट चेंबर) बनवता येतो. आपली गरज व बजेट याप्रमाणे यातील योग्य प्रकार निवडावा. याच्या उभारणीत बांबू वापरून खर्च बराच कमी करता येतो.

खड्डे

रोपांसाठीचे खड्डे १ × १ × १ फूट या आकाराचे घ्यावेत. खड्डे उन्हाळ्यात काढावेत, अशी शिफारस केली जाते. त्यामुळे जमिनीत वाळवी असल्यास मरते. कोकण, मावळ भागात उन्हाळ्यात जमीन कडक बनते. खड्डे काढणे त्रासाचे व खर्चीक जाते. त्यामुळे खर्चाचा अंदाज घेऊनच शेतकऱ्याने याबाबत निर्णय घ्यावा.

खड्डे खणताना मातीचा वरचा थर एकाच विशिष्ट बाजूला काढून ठेवावा वा तशी दक्षता घ्यावी. म्हणजे ती सुपीक माती खड्डा भरताना परत सगळ्यात वरती घातली जाईल.

खड्डे भरणे : खड्ड्यात अर्धा भाग वाळलेला पालापाचोळा, हिरवे गवत, शेणखत, १०० ग्रॅम फॉस्फेट व १ किलो निंबोणी पेंड यांनी भरावा. पेंडेमुळे खत व वाळवीपासून संरक्षण असा दुहेरी फायदा होतो. पिशवीतून रोप काढून मध्यभागी हुंडीसकट लावावे व खड्डा भरून घ्यावा. रोप हाताने धरून बुंध्याजवळची माती पायाने चांगली दाबावी. म्हणजे खड्ड्यात पाणी साठणार नाही.

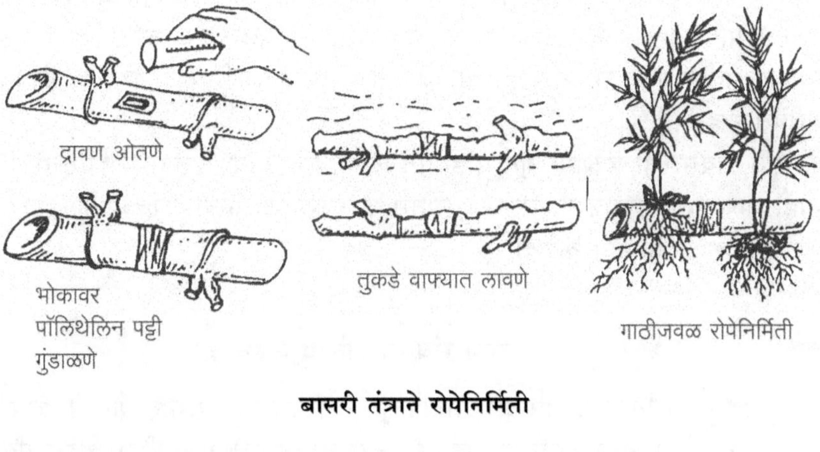

बासरी तंत्राने रोपेनिर्मिती

२. कंदाने/ठोंबाने लागवड

जलद, जास्त वाढीसाठी ही चांगली पद्धत आहे. यात झाड दगावण्याची शक्यताही कमी असते. कंदामध्ये अन्न साठवलेले असल्याने वाढ झपाट्याने होते. परंतु (१) मोठ्या क्षेत्रावर लागवड करण्यासाठी एवढे कंद सहसा उपलब्ध होत नाहीत. (२) त्यांची किंमत रोपापेक्षा खूप जास्त असते. (३) त्यांच्या वाहतुकीचा/हाताळणीचा खर्चही खूप येतो. ज्यांना कमी क्षेत्रात वा टप्प्याटप्प्याने लागवड करायची आहे, त्यांच्यासाठी ही चांगली पद्धत आहे.

लागवडीसाठीचा ठोंब, ज्यातून मागील वर्षी बांबू बाहेर पडला आहे असा असावा. पावसाळ्याच्या सुरुवातीला असा कंद धारदार हत्याराने बेटातून वेगळा करावा. बांबूची खोडमुळासह उंची पाच फूट ठेवून बाकीचा छाटून टाकावा. कंदापासून लागवड करताना खड्डा मोठा म्हणजेच २ × २ × २ फूट आकाराचा करावा. बाकी खड्डा भरण्याची पद्धत, खते इत्यादी रोपांच्याच प्रकारे करावे. कंद लावताना दोन पेरे जमिनीत जातील याची काळजी घ्यावी. म्हणजे तिथूनही मुळे फुटतील. कंद लावल्यावर बांबूच्या टोकाला किमान शेणाचा गोळा वा जमल्यास बोर्डो मिश्रण लावावे. म्हणजे शेंड्याचे बुरशीपासून संरक्षण होईल आणि शेंड्यामधून पाणीही उडून जाणार नाही.

रोप वा कंदाने लागवड केल्यावर वर परत पालापाचोळा वा आजूबाजूचे गवत उपटून त्याचा थर द्यावा. म्हणजे जोराच्या पावसाने त्याची मुळे उघडी पडणार नाहीत; तसेच आजूबाजूचे तणही आपोआप काढले जाईल.

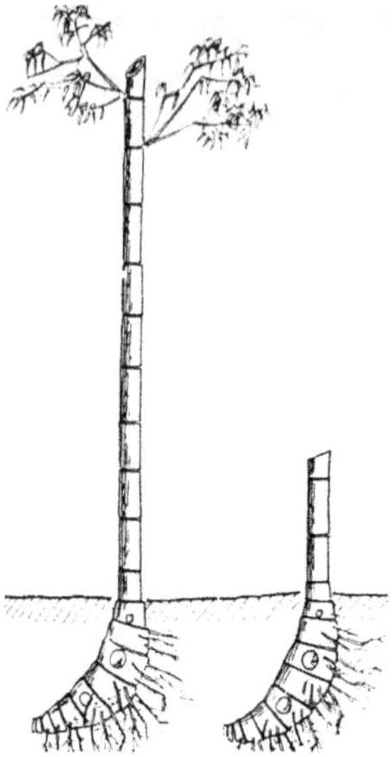

कंदापासून लागवड

बांबू रुजणे : रोपे साधारणतः महिनाभरात रुजतात. पाने तजेलदार दिसणे, नवीन छोट्या फांद्या फुटणे यावरून रोप रुजल्याचे लक्षात येते. कंद रुजायला दोन-तीन महिने लागतात. त्या सुमारास नवीन कोंब बाहेर पडेल. तोपर्यंत शिल्लक ठेवलेली फांदी हिरवी, जिवंत आहे ना, हे बघत राहावे.

चांगल्या पावसाच्या प्रदेशात जून महिन्यात लागवड केल्यावर सहसा पाणी देण्याची गरज पडत नाही. पण इतर भागात पाऊस न झाल्यास आठवड्याला पाच ते दहा लीटर पाणी प्रती रोप/कंद मिळेल अशी सोय करावी.

उती संवर्धन (टिश्यू कल्चर)

कोणत्याही निरोगी, जोमदार झाडापासून तेच गुणधर्म असणारी शेकडो, लाखो रोपे या तंत्राने निर्माण केली जातात. त्यांच्या मातृवृक्षाचे गुणधर्म माहीत असल्यामुळे या झाडांची वाढ, त्याचे उत्पन्न याविषयी नक्की अंदाज सांगता येतो. बांबूच्या अनेक जातींची रोपे या पद्धतीने तयार केली जातात. बांबूसा बाल्कुआ या बांबूची या पद्धतीने तयार केलेली रोपे भीमा (Beema) या नावाने विकली जात आहेत.

साधारणतः उतीपासून केलेल्या रोपांना अत्यंत नियमित व योग्य प्रमाणात पाणी व खते द्यावी लागतात; तरच ती अपेक्षित उत्पन्न देतात. अशा रोपांची लागवड लहान क्षेत्रावर अनुभवी शेतकऱ्यांनी करावी. जोपर्यंत त्याचे एकरी उत्पादन, उपयोग, दर या गोष्टी ठामपणे कळत नाहीत, तोपर्यंत मोठ्या क्षेत्रावर वा नवीन शेतकऱ्यांनी लागवड करताना सावध राहावे, असे आवर्जून सांगावेसे वाटते. विशेषतः सुपीक, बागायती, महाग जमिनीत तर असे प्रयोग नक्कीच करू नयेत.

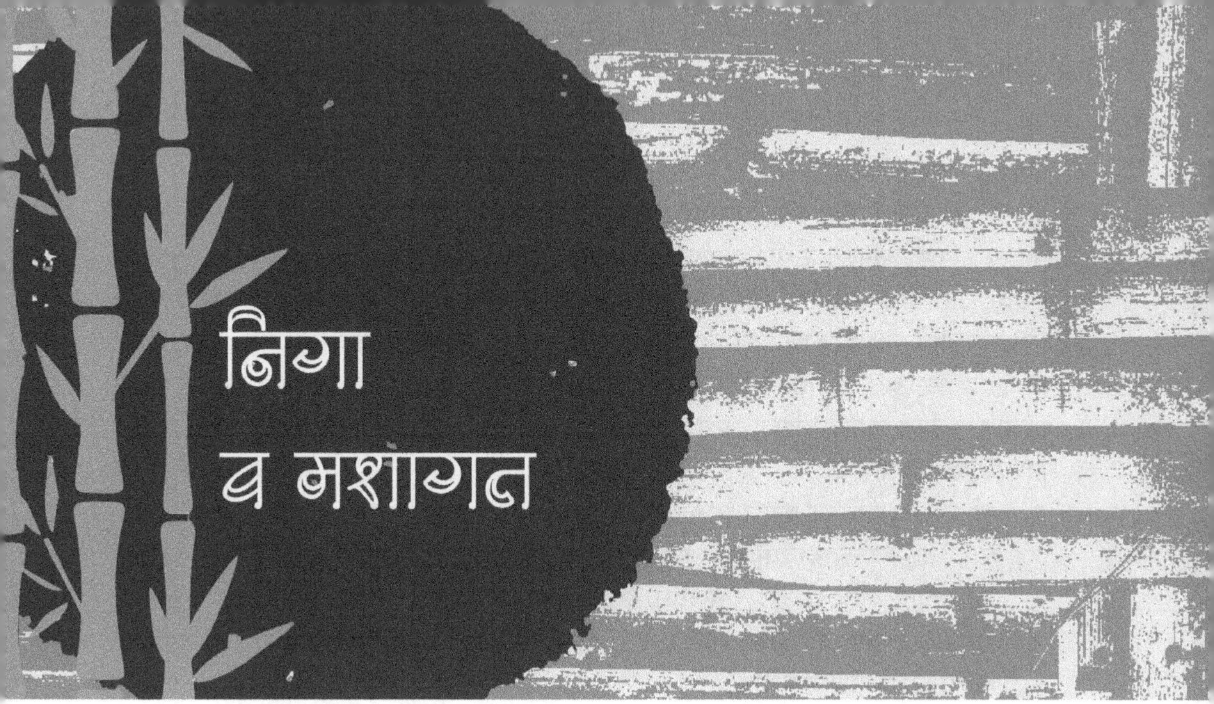

निगा व मशागत

दरवर्षी जून/जुलै व ऑक्टोबर या दोन वेळा निंबोळी पेंड + ५० ग्रॅम सिंगल सुपर फॉस्फेट + शेणखत असे खतांचे दोन हप्ते प्रत्येक झाडाला द्यावेत. कोंब फुटण्याआधी बेटाजवळची जमीन कुदळून मोकळी करावी. तेथील पालापाचोळा, गवत बेटावर पसरावे. जमीन मोकळी केल्यामुळे जास्त कोंब फुटतात. जुनी बेटे आहेत त्यांनीही, बेटाजवळची जमीन मोकळी करणे व जुन्या फांद्यांची छाटणी, बांबूची तोड एवढी कामे अवश्य करावीत.

दुसऱ्या वर्षापासून आणखी एक काम करावे लागते; ते म्हणजे फांद्यांची छाटणी. सुरुवातीला बांबू रोपे व फांद्या संख्येने कमी व आकाराने लहान असतात. पण दोन-तीन वर्षांनी (खते, पाणी दिले तर त्याही आधी) दाट बेट तयार होते. या फांद्या एकमेकांत गुंततात. नंतर त्या काढण्यासाठी खूप वेळ, कष्ट व पर्यायाने खर्च वाढतो. तसेच येणारे कोंब अशा फांद्यांमुळे वेडेवाकडे वाढतात. (सरळ बांबूला सुमारे २५% ते ३०% दर जास्त मिळतो.) त्यामुळे फांद्यांची छाटणी अतिशय आवश्यक ठरते. कोवळ्या फांद्या बुंध्यापासून कटरने सहज छाटताही येतात. जुन्या फांद्या असतील तर ६ इंच ठेवून, धारदार हत्याराने छाटाव्यात. विशेषत: कळकाला काटे असल्यामुळे त्यांच्या फांद्या नक्की छाटाव्यात. हे काम वर्षातून दोन-तीन वेळा करावे लागेल. जमिनीवर उभे राहून उंचावरील बारीक फांद्या काढता येतील असे अवजार मिळते. त्याचा वापर करावा.

दुसऱ्या वर्षी एक-दोन कोंब फुटले पाहिजेत. योग्य निगा राखल्यास ही संख्या दहाव्या वर्षापर्यंत वाढत राहते व त्यानंतर दरवर्षी १०-१२ नवीन कोंब फुटतात.

देखरेख/निरीक्षणे

बांबूची मशागत करणे इतर झाडांपेक्षा किती सोपे, कमी खर्च व मेहनतीचे आहे हे आपण पाहिले. पण चांगले उत्पन्न घ्यायचे असल्यास सततचे वेगवेगळ्या प्रकारचे निरीक्षण व त्यावर आधारित उपाययोजना याला पर्याय नाही. कोणत्याही पिकापासून उत्तम उत्पादन मिळण्यासाठी त्या पिकाचे किमान पाच हजार बारकावे ठाऊक असले पाहिजेत, असे प्रसिद्ध कृषितज्ज्ञ कै. श्री. अ. दाभोळकर (प्रयोग परिवाराचे संस्थापक) यांचे म्हणणे होते. ही संख्या कदाचित खूपच जास्त वाटेल. परंतु कोणकोणत्या अंगांनी अशी निरीक्षणे करता येतील याच्या दिशा दाखवत आहे :

१. **कोंब :** दरवर्षीच्या कोंबांची संख्या, येण्याचा काळ, त्या वेळच्या हवामानाचा कोंबांच्या वाढीशी संबंध, दरवर्षीच्या कोंबांचे आकारमान, उंची यातील फरक, खाण्यासाठी-विक्रीसाठी कोंब काढले असल्यास नवीन येणाऱ्या कोंबांची संख्या इत्यादी.
२. **रोग-कीड-वाळवी :** त्यांचा हंगाम, हवामानाशी संबंध, वेगवेगळ्या उपाययोजना केल्यावर होणारा परिणाम.
३. **बांबू बेटे :** वेगवेगळ्या ठिकाणच्या बांबू बेटे (मातीचा प्रकार, पाण्याची उपलब्धता) व त्यांच्या वाढीची तुलना इत्यादी.
४. **बांबू :** दरवर्षी येणारे बांबू, त्यांची उंची, जाडी, तोडल्यावर वजन, पेरांची लांबी, फांद्या तोडल्यावर व न तोडता होणारी वाढ इत्यादी.

अशी कोणकोणती निरीक्षणे आवश्यक आहेत व ती किती काळाने/कधी केली पाहिजेत यात अनुभवाने भर पडत जाईल. त्यासाठी साधारणतः दर आठवड्यात किमान एकदा झाडांचे नीट निरीक्षण आवश्यक आहे.

नोंदवही : वरील निरीक्षणांच्या तसेच इतर सर्व तपशिलांच्या वेळच्या वेळी नोंदी ठेवण्याची सवय शेतकऱ्याने लावून घेतली पाहिजे. यातून हवामान व पिकांची वाढ, रोग-किडी यांचे संबंध लक्षात येतात. परंतु शेतकऱ्याला दैनंदिन कामांचे ओझे एवढे असते की, हे काम नकोसे वाटते वा त्यासाठी वेळ देता येत नाही. व्यावसायिक मोठी शेती व पगारी व्यवस्थापक असेल तरच हे काम केले जाते. परंतु सर्वसामान्य शेतकऱ्यानेसुद्धा कमीतकमी चार-पाच तरी बेटांची निरीक्षणे लिहून ठेवावीत, असे सुचवावेसे वाटते. अशा काही वर्षांच्या नोंदी चाळल्या तरी कामाचे, खर्चाचे नियोजन करता येते, मजुरी वाचवता येते.

शेतकऱ्याने किमान लेखी जमाखर्च तरी ठेवलाच पाहिजे. यातून खत-मजुरीचा खर्च किती वाढला, दरवर्षी किती बांबू तोडले, त्याचे उत्पन्न वाढते आहे ना, अशा अनेक गोष्टी सहज लक्षात येतील व कामामध्ये सुधारणा होत जाईल.

नोंदी बांबूवरच्या : अशी निरीक्षणे नोंदवणे जमले नाही, तरी बांबूवरील नोंदींची/खुणांची सोपी पद्धत सुचवत आहे. योग्य वयाचा बांबू छाटणे किती आवश्यक आहे याविषयी स्वतंत्रपणे लिहिले आहे. त्याचसाठी वयाप्रमाणे बांबूत होत जाणारे बदलही दर्शवले आहेत. पण मोठे

क्षेत्र, दुर्गम जागी लागवड असेल तर योग्य वयाचे बांबू ओळखणे अवघड वा वेळखाऊ होते. त्यासाठी ही सोपी पद्धत श्री. अजीत ठाकूर यांनी विकसित केली आहे. ती अशी : दरवर्षी बांबू वाढल्यावर विशिष्ट रंगाच्या खुणा करणे. उदाहरणार्थ, पहिल्या वर्षी लाल, दुसऱ्या वर्षी हिरवा आदी.

साधारणतः तीन वर्षांचा बांबू तोडण्यासाठी योग्य समजला जातो. त्याप्रमाणे 'लाल रंगाच्या खुणा असणारे सर्व बांबू तोडणे' हे काम कुणालाही समजण्यासारखे वा लक्षात राहण्यासारखे आहे.

वाढीनुसार बांबूत दृश्य बदल होतात. त्यावरून बांबूचे वय समजू शकते.

वर्ष पहिले : प्रत्येक पेर आवरण पर्णाने झाकलेले असते.

वर्ष दुसरे : आवरण पर्ण गळून पडते. रंग हिरवट राखाडी होतो. फांद्या फुटायला सुरुवात होते.

वर्ष तिसरे : रंग तकतकीत करडा होतो.

वर्ष चौथे : तकतकी ओसरून तपकिरी झाक दिसू लागते.

बांबूवर हाताने वा काठीने आघात केल्यावर अनुभवी माणसाला बांबूचा कठीणपणा समजू शकतो. बांबूची साल काढल्यावर जो रंग दिसतो, त्यावरूनही बांबूचे वय समजते. एक वर्षाच्या कळक व मेस बांबूचा सालीच्या आतील रंग पांढरट पिवळसर असतो; तर तीन वर्षानंतर हा रंग पिवळसर सोनेरी ते काळपट तपकिरी असा असतो.

भरपूर पावसाच्या प्रदेशात, पडीक जमिनीत साधारणतः पाऊस कमी झाल्यावर गवत झपाट्याने वाढू लागते. बी धरल्यावर ते वाळायला लागते. गवत उंच, दाट वाढले असेल तर ते रोपाला झाकून टाकते. हे गवत काढून रोपाभोवती टाकावे. दोन-चार पावसात कुजून त्याचे खत तयार होते. नंतर उन्हाळ्यातही ते दव धरून झाडाला ओलावा देते. तसेच त्यामुळे माती तापत नाही.

या वेळी पुन्हा एकदा झाडाला नींबपेंड + शेणखत + १०० ग्रॅम सिंगल सुपर फॉस्फेट यांचा हप्ता दिल्यास झाडाला जोर येतो.

पाणी पुरवठा

जास्त पावसाच्या प्रदेशात जून महिन्यात लावलेली बांबू रोपे सहसा मरत नाहीत. परंतु व्यापारी उत्पादन अपेक्षित असल्यास नियमित पाणी देणे गरजेचे आहे.

बांबूची पाण्याची गरज अतिशय कमी आहे. जिरायत क्षेत्रात इतर झाडांना फेब्रुवारी ते मे या काळात पाणी देणे गरजेचे असते. बांबू बेटात नवे बांबू जुलै-सप्टेंबर महिन्यात येऊ लागतात. त्यांची वाढ सुमारे तीन महिने होते. त्या काळात जमिनीत पाणी नसेल तर हे कोंब सुकून जातात वा अपुरे वाढतात. त्यामुळे बांबूला ऑक्टोबर ते डिसेंबर या काळात अवश्य पाणी दिले पाहिजे. साधारणतः जमिनीच्या मगदुराप्रमाणे बेटाला १५ लीटर पाणी आठवड्याला देणे आवश्यक असते.

मोठ्या क्षेत्रात लागवड असल्यास ठिबक सिंचनाला पर्याय नाही. हुशार शेतकरी संच स्वत: जोडू शकतो. उताराची जमीन असल्यास त्यासाठी फार तांत्रिक कौशल्याची गरजही नसते. जमिनीचा प्रकार, उतार, हवामान याप्रमाणे किमान पाणी किती देणे गरजेचे आहे हे निरीक्षणाने ठरवावे.

तुषार सिंचन : ही खरे तर ठिबक सिंचनापेक्षा जास्त चांगली सिंचन पद्धत आहे. कारण यात पावसाप्रमाणे वरच्या दिशेने झाडांना पाणी मिळते. त्यामुळे त्यात हवेतले नत्र काही प्रमाणात विरघळून झाडांना मिळते. झाडांची पाने स्वच्छ झाल्यामुळे प्रकाश संश्लेषण चांगले होते. पण त्याचा मुख्य फायदा म्हणजे स्थानिक वातावरण (micro climate) दमट, गार होते आणि झाडांची वाढ चांगली होते. ठिबक सिंचनापेक्षा त्याचा भांडवली खर्चही कमी येतो.

या पद्धतीला अर्थातच ठिबक सिंचनापेक्षा पाणी जास्त लागते. सुरुवातीच्या काळात रोपाखालील क्षेत्र कमी असल्यामुळे वायाही जाते. परंतु ज्यांच्याकडे पाणी उपलब्ध आहे, अशा शेतकऱ्यांनी बांबूमध्ये आंतरपीक घ्यावे वा तीन-चार वर्षांनी बांबू बेटे तयार झाल्यावर तुषार सिंचन वा रेनगनचा वापर करून बघावा, असे आवर्जून सुचवावेसे वाटते.

एका बेटाला/झाडाला पाणी देणारे लघु तुषार संचही (मायक्रो स्प्रिंकलर्स) मिळतात. त्याचा भांडवली खर्च ठिबकपेक्षा थोडा जास्त येतो. परंतु यात पाणी वाया जात नाही; तसेच पाणी सर्व क्षेत्रात पडते.

जिवंत जमीन : आपण झाडाला खत, खाद्य देतो; पण झाड ते आहे तसे घेऊ शकत नाही. मातीच्या एका कणात हजारो सूक्ष्मजीव असतात. खत, सेंद्रिय पदार्थ यांचे ते विघटन करतात. त्यातून हवे ते घटक मुळे घेतात. या जीवाणूंचे हजारो प्रकार आहेत. त्यातील उपयोगी जीवाणूंचे प्रमाण जेवढे जास्त, तेवढी माती सुपीक व उत्पादन जास्त. हे जीव मातीत ओलावा असेपर्यंत काम करतात. जमीन सुकल्यावर निद्रिस्त होतात. जमीन ओली झाल्यावर ते पुन्हा काम करू लागतात. वनस्पतींची मुळे जमिनीतील अन्न फक्त विरघळलेल्या स्थितीत घेऊ शकतात.

या दोन्ही कारणांमुळे जमीन जास्तीत जास्त वाफसा स्थितीत राहणे व जमिनीत भरपूर सेंद्रिय पदार्थ असणे आवश्यक आहे.

बांबूची नियमित छाटणी केल्यास भरपूर सेंद्रिय पदार्थ जमिनीत देता येतील. किमान पाण्याची सोय होईल याचा विचार लागवडीपूर्वी करावा.

■■

आंतरपिके

कोणत्याही पिकासोबत योग्य अशी आंतरपिके घेतली पाहिजेत. त्यामुळे जमिनीचा सुरुवातीपासून पुरेपूर वापर होतो. कारण बांबू लागवड केल्यावर मधल्या जागेचा तीन ते चार वर्षे कोणताच वापर होत नाही. कमी मुदतीचे पीक घेतल्यास पहिल्या वर्षी उत्पन्न सुरू होते, त्यामुळे शेतीचा खर्च भरून निघतो; तसेच योग्य पीक निवडल्यास दोन्हीला (मुख्य व आंतरपीक) एकमेकांचा फायदा होतो.

परंतु आंतरपीक निवडताना सखोल विचार केला पाहिजे. मुख्य पिकाला त्याचा त्रास होता कामा नये. त्याची व मुख्य पिकासाठीची कामे एका वेळी असता कामा नयेत; तसेच (१) पाणी, पैसा, मनुष्यबळ यांची उपलब्धता (२) जमिनीचा प्रकार व दर्जा (३) बाजारपेठा व हंगाम यांचा सांगोपांग अभ्यास आंतरपीक निवडताना करावा.

सखल जमीन व पाणी उपलब्ध असल्यास भरपूरच पर्याय शेतकऱ्याला उपलब्ध आहेत. उदाहरणार्थ, भाजीपाला पिके इत्यादी. डोंगराळ जमीन व थोडी पाण्याची सोय असल्यास वनौषधी, शेवगा यांचा विचार करता येईल. ज्या भागात व जमिनीत गवत चांगले येते वा ज्यांच्याकडे गुरे आहेत, त्यांना गवताच्या योग्य जाती लावता येतील.

सखल व डोंगराळ दोन्ही जमिनीत बांबूसोबत बहुवर्षायू तूर लावणे फायद्याचे ठरेल. तुरीपासून थोडेफार उत्पन्न मिळेल; तसेच त्याची नियमित छाटणी करून त्याचा पानोळा खतासाठी वापरता येईल. तुरीचा मुख्य फायदा म्हणजे ती द्विदल वनस्पती असल्यामुळे तिच्या मुळांद्वारे बांबूलाही जमिनीतील नत्र उपलब्ध होईल.

डोंगराळ व हलक्या सखल जमिनीमध्ये वाळा (खस) गवताचीही लागवड करता येईल. सुरुवातीला थोडी वाळ्याची मुळे आणून ती पावसाळ्यात लावून, त्याचे दरवर्षी विभाजन करून लागवड वाढवता येते. तीन-चार वर्षांत त्याचा घट्ट बांध तयार होतो. त्यामुळे वाहते पाणी व माती अडते. वर्षात चार वेळा छाटणी करून भरपूर जैवभार (बायोमास) खतासाठी उपलब्ध होतो. त्याला पाणी द्यावे लागत नाही. उन्हाळ्यात त्याचे कोवळे गवत गुरे खातात. त्यांच्या मुळीला भरपूर मागणी व चांगला दर आहे.

मिश्र वनशेती : आपापल्या भागात येणारी दीर्घ मुदतीची झाडे बांबू बेटामध्ये लावण्याचा प्रयोग करून पाहिला पाहिजे. साग, साल, शिवण, अॅकेशिया मँजिअम, चंदन इत्यादी झाडांचे उत्पन्न १५-२० वर्षांनंतर मिळते; पण त्याला चांगला दर मिळतो. या झाडांना फार पाणी, खते, देखभाल लागत नाही. त्यांचा पुरवठा कमी झाल्यामुळे मागणी भरपूर आहे. ही झाडे सरळ वाढतात. त्याची बांबूशी स्पर्धा होणार नाही. प्रयोगशील शेतकऱ्यांनी याचा अवश्य विचार करावा.

कुंपणावरचे आंतरपीक : खरे तर सर्वच प्रकारच्या शेतीमध्ये दर १००-१५० फुटांवर २० फूट उंचीच्या झाडांची रांग लावणे फायदेशीर असते. त्यामुळे वारा अडतो, पाणी कमी लागते. या झाडाची छाटणी करून त्यांचा पालापाचोळा, फांद्यांचे खत बनते. या झाडांनी सोडलेला कर्बवायू मोसमी पिकांना मिळतो. वनशेतीपासून उत्पन्नही मिळते.

किमान फळबागांच्या कुंपणावर अशी बांबू लागवड करणे सहजशक्य व फायदेशीर आहे. यातून स्वत:च्या गरजेसाठी व विक्रीसाठीही बांबू मिळू शकतो.

तात्पर्य : कोणत्याही पिकासोबत शक्यतो आंतरपीक घेतले पाहिजे. परंपरागत शेती करणाऱ्याचे कोणत्या जमिनीत कोणते पीक, वृक्ष चांगले वाढतात, त्याचा ग्राहक, विक्री याबाबतचे आडाखे तयार असतात. त्यांना सल्ला देण्याची कोणतीच गरज नाही; पण नव्याने शेती करणारांना एक सल्ला द्यावासा वाटतो. निव्वळ उत्पन्न वा उत्पादनाचे आकडे ऐकून भुरळून जाऊ नये. जे पीक घ्यायची इच्छा आहे, ते प्रत्यक्ष करणाऱ्या तीन-चार शेतकऱ्यांना भेटा. त्यांच्याकडून सविस्तर माहिती घ्या, त्यांचे अनुभव लक्षपूर्वक ऐका. त्यांच्या शेताला वेगवेगळ्या हंगामात भेटी द्या आणि नंतरच निर्णय घ्या.

रोग, किडी व प्रतिबंधक उपाय

बांबूला रोग-किडींचा फार उपद्रव होत नाही. त्याचे कारण बांबूची शरीररचना. बांबूची साल अतिशय मजबूत असते. त्यामुळे किडींना ती सहज भेदता येत नाही. याउलट, इतर झाडांप्रमाणे विविध रसायने तयार करून किडींना प्रतिबंध करण्याची यंत्रणाही बांबूमध्ये नसते. तरीही इतर पिकांप्रमाणे बांबूचे १००% नुकसान झाल्याचे माहितीत तरी नाही.

वाळवी/हुमणी : यामुळे मात्र बांबूच्या खोडमुळाला मोठी हानी पोहोचू शकते. लोह जास्त असणाऱ्या जमिनीत साधारणत: वाळवी असतेच. त्यासाठीच निंबोळी पेंडेचा वापर सुचवला आहे. पावसाळा संपताना ती अवश्य वापरावी. कारण जमिनीतील पाणी कमी झाले की तिचा प्रादुर्भाव वाढतो.

वाळवीची वारुळे शोधून त्यात वाळवीनाशक औषधे ओतणे हा कायमस्वरूपी इलाज होऊ शकतो. निंबोळी पेंड सहज मिळत वा परवडत नसेल तर वाळवीनाशक औषध दोनदा बांबू बेटात प्रत्येकी १०० ग्रॅम घालावे.

तांबेरा/करपा : या दोन रोगांचा त्रास बांबूला जास्त होतो. हे दोन्ही रोग बुरशीजन्य आहेत. त्यामुळे बांबूची पाने करपल्यासारखी वा तांबट रंगाची होतात. त्यामुळे प्रकाश संश्लेषण क्रियेवर परिणाम होतो. याचा प्रादुर्भाव जास्त वाटल्यास बुरशीनाशक/आंतरप्रवाही बुरशीनाशकांची फवारणी करावी.

भुंगेरे : हे छोटे भुंग्यांसारखे कीटक बांबूला भोके पाडतात. खरे तर योग्य वेळी बांबूची छाटणी करत राहिले, तर याचा त्रास कमी होतो. बेट फार दाट झाल्यासच याचा उपद्रव वाढतो. अशी भोके पडलेले बांबू कापून टाकावेत.

कोंब कुजणे/करपणे : याचेही कारण सूक्ष्मजीव (बॅक्टेरिया) हेच आहे. पण त्याचे खरे कारण वाढीच्या वेळी कोंबांना पाणी, आवश्यक अन्नघटक कमी पडणे हे आहे. असे कोंब तसेच ठेवले तर काही काळाने जमिनीत जिरून जातात; पण ते छाटलेलेच चांगले. कारण, त्यामुळे इतर कोंब सरळ वाढू शकतात.

खरे तर जमिनीत भरपूर जैवभार सतत टाकून तिची प्रत सुधारणे सर्वच पिकांसाठी आवश्यक असते. बांबूबाबत तेवढेच केले तरी रासायनिक उपाय करण्याची गरज पडणार नाही. तसेच विषारी रसायनांचा अकारण, अवाजवी वापर करणे खर्चीक पडते व ते पर्यावरणाच्याही हिताचे नाही.

■■

छाटणी

बांबूची दरवर्षी छाटणी करणे अत्यंत आवश्यक आहे. तीन ते चार वर्षांचा बांबू वापरण्यासाठी अतिशय योग्य असतो. तो छाटल्यामुळे -

१. वापरण्यायोग्य दर्जाचा बांबू मिळतो.
२. नवीन येणारे कोंब सरळ वाढतात. त्याला जास्त किंमत मिळते.
३. बांबू काढण्याचा खर्च व वेळ कमी लागतो.
४. हे बांबू काढले नाहीत, तर काही वर्षांनी वाळून जातात. वणवा लागल्यास सर्व लागवडच जळून जाण्याची शक्यता असते. तसेच पक्व बांबूची रोगप्रतिकारकशक्ती कमी झालेली असते. त्यांच्यामुळे इतर निरोगी बांबूंनाही रोगराई होऊ शकते.
५. वेळोवेळी बांबू छाटल्यास बेट मोकळे, हवेशीर राहते. त्यामुळे भुंगे इत्यादींचा त्रास कमी होतो.

जुन्या बांबू बेटांची कापणी

जुन्या, गच्च वाढलेल्या बांबू बेटाची सुधारणा करायची असेल, तर आधी त्यातील सर्व नवे-जुने बांबू काढून टाकावे लागतील. त्याच्या दोन पद्धती आहेत :

- **अधिक (+) चिन्हाच्या आकारात कापणे :** जुन्या बेटातील + या रेघेच्या आकारावरील सर्व लहानमोठे, नवे-जुने बांबू काढून टाकावेत. यामुळे एका बेटाची चार बेटे बनतील. त्यामुळे पुढील वर्षापासून बांबू तोडणी सुलभ होईल.

- **नालेच्या (U) आकारात कापणी :** या पद्धतीतही रेघेच्या आकारावरील सर्व बांबू कापले जातात आणि मधल्या मोकळ्या आकारातील शिल्लक ठेवतात.

छाटणीची योग्य पद्धत

१. शक्यतो बांबू वद्य पक्षात कापावेत. असे बांबू जास्त काळ टिकतात, असे अभ्यासकांचे म्हणणे आहे. लॅटिन अमेरिकेतही असेच मानले जाते. तसेच बांबू पाऊस संपताना कापावेत.

२. बांबू दुसऱ्या ते तिसऱ्या पेराच्या मध्ये धारदार हत्याराने तोडावेत. बांबू जमिनीलगत तोडल्यास त्यातून झिरपून पाणी खोडमुळात मुरले, तर पेशी सडून बेट मरू शकते. चुकून बांबू असा तोडला गेल्यास त्यावर डांबर लावावे.

बांबू टिकावा यासाठीचे उपाय स्वतंत्र प्रकरणात दिलेले आहेत. (बांबू उभा करून ठेवणे, पाण्यात ठेवणे) शक्यतो त्यांचा वापर करावा. हे सोपे, बिनखर्चीक उपाय आहेत.

व्यापारी पद्धतीने विक्री करून जास्त नफा मिळवायचा असेल तर एकाच आकाराचे, व्यासाचे बांबू वेगवेगळे करावेत. चीन, दक्षिण अमेरिका इथे असे एकाच प्रकारचे हजारो बांबू एकेका गोदामात ठेवलेले असतात. ही पद्धत आपल्या इथे वापरणे गरजेचे आहे. कारण विविध प्रकारचे व्यावसायिक आपल्याला हव्या त्या लांबी-व्यासाचा बांबू मिळत असेल, तर जास्त किंमत द्यायला तयार असतात. उदाहरणार्थ,

१. अगदी लहान, कमी जाडीचे : टोमॅटो वगैरेंना आधार देण्यासाठी
२. त्याहून थोड्या जाड, मोठ्या फांद्या : बुरुडकामासाठी
३. चार ते बारा फूट सरळ : बांधकामाच्या पराती/पहाड/मांडव बांधण्यासाठी, फर्निचरसाठी
४. १८ फुटांचे सरळ : चांगल्या दर्जाच्या बांधकामासाठी
५. या सगळ्यातून उरलेला, तुकडे : कागद/ऊर्जानिर्मितीसाठी

किमान आपल्या भागातील मागणी पाहून वेगवेगळ्या व्यावसायिकांना थेट बांबू पुरवायचा प्रयत्न करावा, असे सुचवावेसे वाटते.

■■

घरगुती, कुटीर व लघुउद्योग

बांबू कापून त्याच्यापासून विविध वस्तू बनवण्याच्या तंत्राची ओळख वेगळ्या प्रकरणात करून दिली आहे. परंतु शेतकरी व ग्रामीण भागात अगदी थोड्या भांडवलात, साध्या यंत्रांच्या साहाय्याने काही व्यवसाय सहज करता येतील, म्हणून ही माहिती लागवडीसोबत देत आहे.

- **बांधकामे, तात्पुरत्या वापरासाठी बांबू भाड्याने/विकत देणे :** महानगरांपासून लहान गावांपर्यंत सर्व ठिकाणी अनेक मजली इमारतीची बांधकामे मोठ्या प्रमाणावर चालू असतात. तिथे पराती/पहाडी उभारल्या जातात. त्यासाठी मोठ्या प्रमाणावर बांबू व विविध आकार-जाडीचे वासे लागतात. ही खरेदी सहसा मध्यस्थामार्फत/ दलालांमार्फत केली जाते व योग्य दर शेतकऱ्यांना/उत्पादकांना कधीच मिळत नाही. शेतकरी वा गटांनी तिथे थेट पुरवठा सुरू केला, तर नफ्यात मोठी वाढ होऊ शकते.
- **मांडव, स्टेज उभारणी :** हल्ली शहरांमध्ये सतत निरनिराळे उत्सव, मेळावे, समारंभ चालू असतात. त्यासाठीचे मांडव, बॅरीकेड्स यासाठी मोठ्या प्रमाणावर बांबू लागतात. लेखकाने २००४ मध्ये पुणे शहरात चौकशी केली, तेव्हा अंदाजे एक लाख बांबूंचा साठा तेथील कंत्राटदारांकडे आहे असे लक्षात आले होते. निमशहरी, तालुक्याच्या ठिकाणी हा व्यवसाय करणे (अंतर व हाताळणीच्या दृष्टीने) सहज जमेल असे वाटते.
- **बांबूचे निरनिराळ्या आकाराचे तुकडे उत्पादकांना विकणे :** अनेक व्यवसायांमध्ये बांबूच्या लहानमोठ्या आकाराच्या कामट्या वापरल्या जातात.

उदाहरणार्थ, आकाशकंदील, पतंग, उदबत्ती, दात कोरणी (टूथ पिक), आईस कँडी, बर्फाचा गोळा इत्यादींसाठी वेगवेगळ्या आकारमानाच्या काड्या-कामट्या लागतात. त्या तयार करण्यासाठीची साधी, स्वस्त यंत्रे उपलब्ध आहेत. मुख्य म्हणजे वाया जाणाऱ्या बांबूच्या लहान फांद्यांपासूनही अशा कामट्या बनवता येतील.

- **पतंगनिर्मिती, गुजरात :** गुजरातमध्ये मकर संक्रांतीच्या काळात पतंग उडवण्याची जुनी परंपरा आहे. आता त्याचे महोत्सवही (फेस्टिव्हल) सुरू झाले आहेत. तेथील या व्यवसायाची उलाढाल १०० कोटी रुपये असावी असा अंदाज आहे. गुजरात सरकार पतंग बनवण्यासाठी प्रशिक्षणवर्ग आयोजित करते. त्यासाठी एक पुस्तिका व चित्रपटही बनवला आहे; तसेच कारागिरांना बांबू रास्त दरात, नियमित मिळावा यासाठी मदत केली जाते. त्यांच्या वस्तूंसाठी विक्रीदालनेही उभारली आहेत.

अर्थकारण

पुण्याजवळ मावळ भागात बांबूची (मानवेल) भरपूर बेटे आहेत. तेथील शेतकरी पुण्यातील कारागिरांना २०-२२ फूट उंचीचा बांबू रु. ६० ते रु. ८० प्रती नग पोच देतात. याच बांबूची शिडी प्रती फूट रु. ६० दराने विकली जाते. म्हणजे एका रु. ८० च्या बांबूचे किमान रु. ५०० बनतात. शिडी बनवणे हे फार कौशल्याचे काम असेल असे वाटत नाही.
उत्साही व जिद्दी उद्योजकांना अशी नानाविध उत्पादने व क्षेत्रे शोधता येतील.

महाराष्ट्रातील बहुतेक भागात नैसर्गिक बांबूवने आहेत. तसेच फळबागांखालील क्षेत्रही मोठे आहे. द्राक्ष, आंबा अशी फळे पुठ्ठ्याच्या खोक्यांमधून विकली जातात. आंब्यासाठीची बांबूपेटी बनवली गेली आहे. तिची किंमत खोक्याएवढीच आहे. तिचा पुन्हा वापर होऊ शकतो. कोकणात भरपूर बांबू उपलब्ध आहे. अशा पेट्या बनवण्यातून मोठ्या प्रमाणावर स्वयंरोजगार तसेच मोठा पर्यावरणस्नेही उद्योग उभा राहू शकतो.

बांबूच्या राख्या : लवादा, जि. अमरावती येथील 'संपूर्ण बांबू केंद्र' ही संस्था बांबूपासून विविध प्रकारच्या राख्या बनवते. त्यातून काहीशे रोजगार निर्माण झाले आहेत. गेली काही वर्षे संस्था चार ते पाच लाख रुपयांच्या राख्यांची विक्री करते.

काडेपेटीतील काड्या

थोडी जास्त गुंतवणूक करू शकणाऱ्या उद्योजकांसाठी ग्रामीण भागात हा चांगला व्यवसाय होऊ शकतो.

काड्यांसाठी सावर, कदंब, पॉप्लर वा रबर वृक्षाचे लाकूडही वापरता येते. पण त्यासाठी बांबू वापरणे फायदेशीर व पर्यावरणस्नेही आहे. त्याच्या काड्या निसर्गत: स्वच्छ असतात,

तसेच ताणशक्ती जास्त असल्यामुळे त्या सहज तुटत नाहीत. पण, बांबू पटकन पेट घेत नाही. त्यासाठीचे रसायन/प्रक्रिया शोधणे गरजेचे आहे.

कृती : बांबूचे तुकडे करून त्याचे ३७ मिमी लांब व १.५ × १.५ मिमी तुकडे करतात. या काडीवर कार्बनचे पूट देतात. त्यामुळे ती लवकर विझते. त्यावर मेणाचा पातळ लेप देतात. त्याला पुढचे गुल लावले जाते. कीड वा बुरशी लागू नये यासाठी बोरीक ॲसिडचा लेपही देतात. यासाठी फार मोठी जागा, भांडवल वा यंत्रसामग्री लागत नाही. एक टन बांबूपासून साधारण ९६ लाख काड्या बनतात.

उद्योजकता

मांडव उभारणी, बांबू पुरवठा, कामट्या बनवणे हे सर्व सोपे व्यवसाय वाटतात. पण कोणताही व्यवसाय यशस्वीपणे करण्यासाठी अनेक कौशल्ये अवगत असावी लागतात. व्यवसाय स्वत:च्या पायावर उभा राहण्यासाठी किमान काही वर्षे लागतात. त्यातल्या अनेक गोष्टींवर उद्योजकाचे नियंत्रण नसते. हा सर्व विचार करूनच व्यवसाय सुरू करावा असे सुचवावेसे वाटते.

पेन व कॅझेरॉल!

बांबूपासून किती विविध वस्तू बनू शकतात याची काही ताजी उदाहरणे नुकतीच वाचनात आली.

ओडिशातील एका अत्यंत गरीब आदिवासी भागात काम करणाऱ्या एका संस्थेने बांबूपासून बॉलपेन बनवली आहेत. जवळच्या परिसरात त्याची विक्री वाढते आहे.

गुजरातमधील डांग हाही असाच आदिवासी भाग. तिथे काम करणाऱ्या संस्थेने बांबूची पेटी, गवत व पोते (गोणपाट) वापरून जेवणाचा डबा तयार केला आहे. त्यात सहा तास अन्न गरम राहते!

■■

काडेपेटी

खरे तर प्रत्येक वेळी काडेपेटी घेण्याची गरज नसते. ५० वा १०० काड्या कागदी पिशवीतून स्वस्तही देता येतील. स्थानिक पातळीवर हा व्यवसाय करता येईल. वर्षाला काहीशे कोटी पेट्यांची बचत होऊ शकते. अशा सर्व दृष्टीने हा पर्यावरणपूरक व्यवसाय होऊ शकतो.

विभाग २:
वापर व संस्कृती

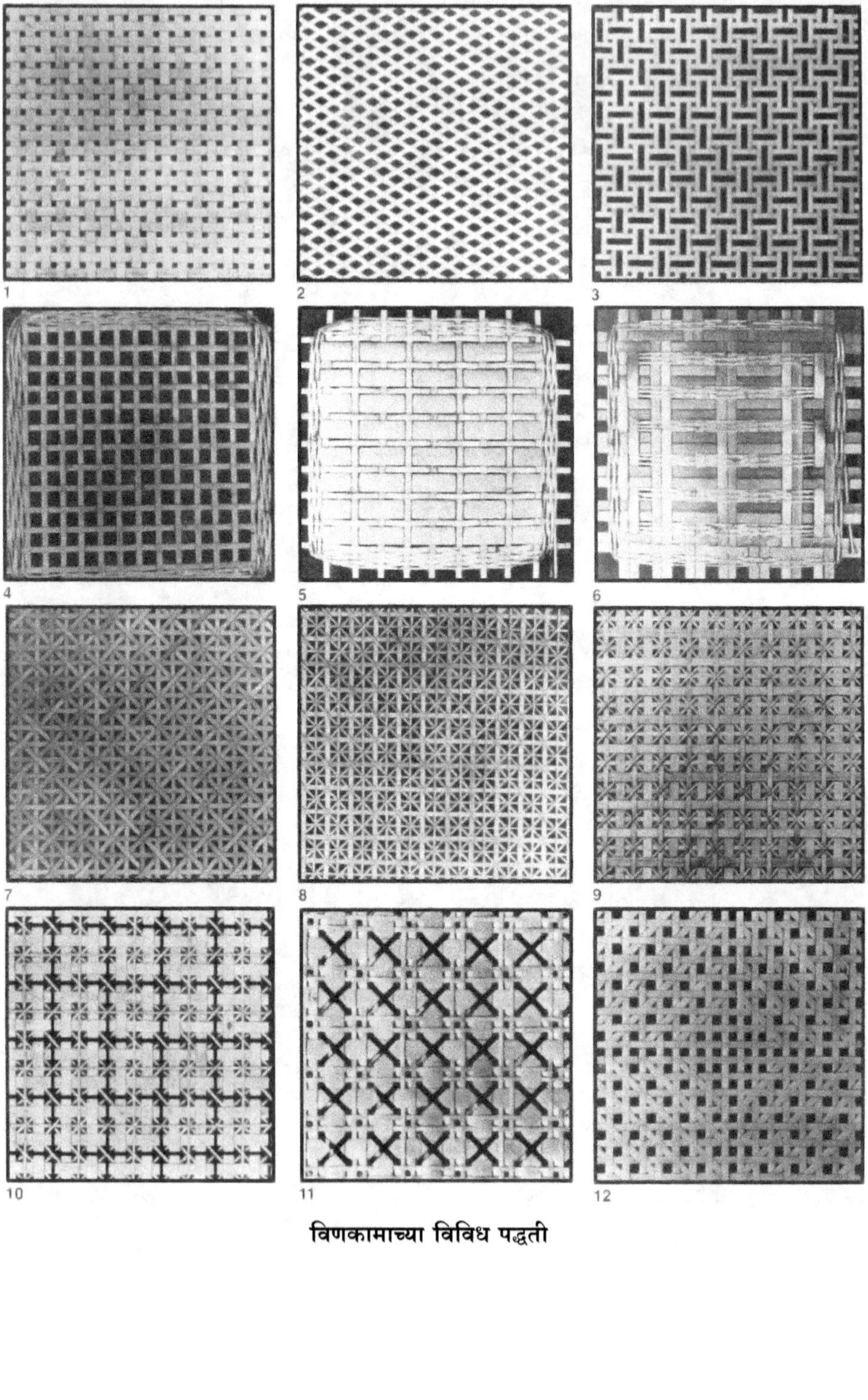

विणकामाच्या विविध पद्धती

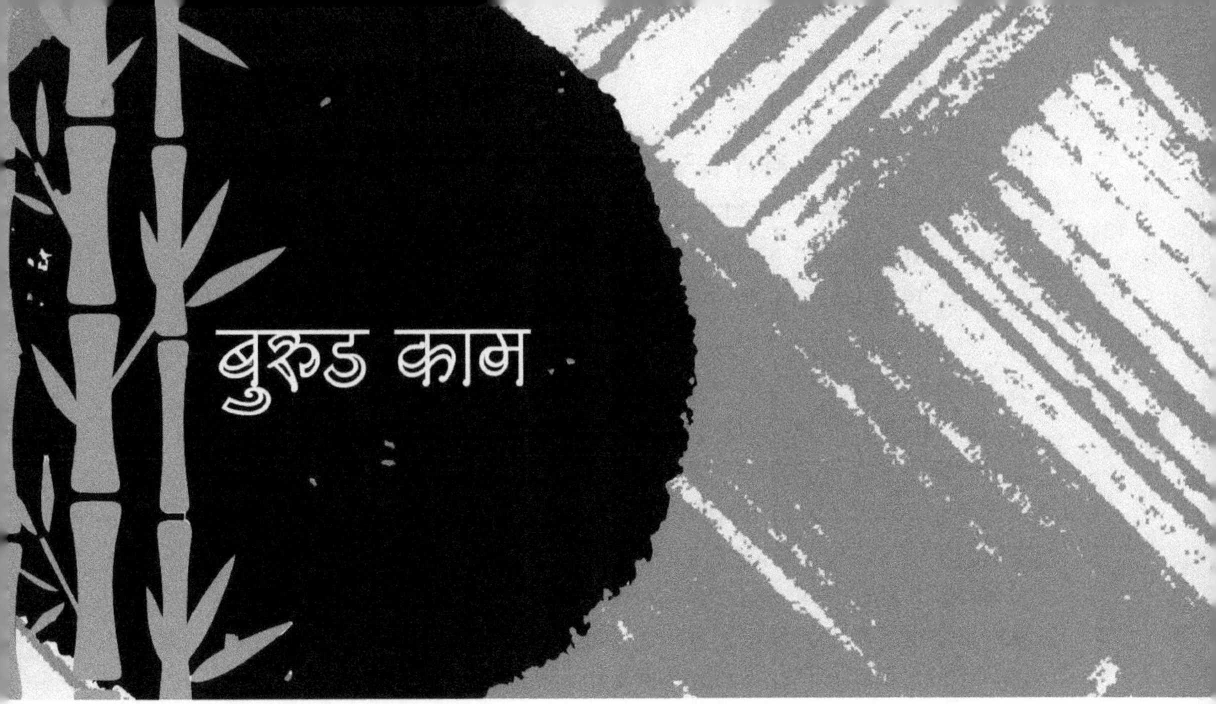

बुरुड काम

आपल्या देशात किमान काही हजार वर्षांपासून बांबूच्या वस्तू बनवल्या जात आहेत. भारतीय पद्धतीप्रमाणे अशी कामे करणारी एक स्वतंत्र जात तयार झाली. महाराष्ट्रात या समाजाला 'बुरुड' या नावाने ओळखले जाते. लहानमोठ्या गावा-शहरांमधील त्यांच्या वस्तीतच अशा वस्तूंची निर्मिती व विक्री चालते. स्थानिक मागणीप्रमाणे (उदाहरणार्थ, शहरी भागात छोट्या टोपल्या, दुरड्या, शिड्या, हंगामाप्रमाणे गणपती उत्सवाच्या सजावटीसाठी, फुलदाण्या वगैरे शोभिवंत वस्तू तर ग्रामीण भागात माल हाताळणीसाठी मोठ्या टोपल्या, हारे इ.) वस्तू बनवल्या जातात.

या वस्तू बनवण्यासाठी अगदी साधे (पण सोपे नाही) असे खूप जुने तंत्र वापरले जाते. ते म्हणजे बांबूच्या पातळ पट्ट्या उभ्या-आडव्या विणणे हे आहे. अशा किमान ५० प्रकारच्या वस्तू आजही बनवल्या जातात. त्या बनवण्यासाठी फक्त दोन-तीन धारदार हत्यारांचा वापर केला जातो. तसेच पूर्ण काम बांबू वापरून केले जाते. दुसऱ्या कोणत्याही गोष्टीचा- उदाहरणार्थ, सरस, खिळे, तार यांचा वापर केला जात नाही. तसेच यात बांबूचा अगदी छोटा तुकडा, बारीक पट्टीही वाया जात नाही. शिड्यांसाठी मानवेल/भरीव बांबूचा वापर केला जातो; तर टोपल्या इत्यादींसाठी चिवा वापरला जातो. वाळल्यानंतरसुद्धा चिवा नरम राहतो हे त्याचे कारण आहे. वद्य पक्षात तोडलेल्या बांबूला कीड/रोग कमी होतात असे यातील व्यावसायिकांचे निरीक्षण आहे. (असाच विश्वास लॅटीन अमेरिकेतील लोकांमध्येही आहे.)

यात जास्तीतजास्त विक्री विविध आकाराच्या टोपल्यांची होते. कारण,

१. त्या हव्या त्या आकारात, कमी-जास्त जाडीच्या करून मिळतात.
२. त्या गंजण्याची भीती नसते.
३. टोपलीच्या आत वा बाहेर कुठेही टोकदार भाग नसल्यामुळे हाताळायला सोपी असते.
४. वजनाला हलकी व हवेशीर असते.
५. मोठ्या टोपल्या/हारे तुलनेने स्वस्त असतात.

या वस्तू नीट न्याहाळल्या तर लक्षात येते की, त्या प्रमाणबद्ध, भक्कम आहेत; परंतु त्या सुबक नाहीत. बांबूचा नैसर्गिक रंग, पोत, सुंदर असल्यामुळे त्या देखण्या दिसतात. पण वस्तूंमध्ये नावीन्य, कल्पकता नाही. आसाम वगैरे भागातून येणाऱ्या बांबूच्या विविध वस्तूंची ते विक्रीही करतात; पण तशी आकर्षक, वेगळ्या वस्तू बनवण्याची, ते तंत्र जाणून घेण्याची, वापरण्याची इच्छा दिसत नाही. खरे तर अशी खूप स्वस्त उपकरणे, यंत्रे उपलब्ध आहेत वा बनवली जाऊ शकतात. त्याची माहिती पुढील प्रकरणात दिली आहे.

अर्थकारण

पुण्यातील मंडई भागात अंदाज घेतला असता, अशा रोजच्या वापराच्या बांबूच्या वस्तू सुमारे ३०० रुपये किलो दराने विकल्या जातात असे दिसून आले (म्हणजे शंभर ग्रॅमची वस्तू साधारण रु. ३० ला). हा दर सांगितला, तर मध्यमवर्गीय ग्राहक घाबरूनच जाईल. पण अर्थातच या वस्तू किलोच्या दराने विकल्या जात नाहीत. अशाच प्रकारच्या आसाम भागातून आलेल्या सुबक वस्तूंचा दर याच्या दुप्पट होता... याचा कच्चा माल रु. २०/- प्रती किलोहून कमी आहे. (आसाम भागात तर बांबू दोन रुपये किलोने विकला जातो असे सरकारी संकेतस्थळावर दिसून आले.) मग या वस्तू या दरात का विकल्या जात असाव्यात?

खरे तर हा विषय अर्थशास्त्राचा, या पुस्तकाच्या कक्षेबाहेरचा आहे. पण बांबू वापराची पिछेहाट होण्याचे हे महत्त्वाचे कारण आहे असे वाटते, म्हणून थोडे विवेचन केले आहे.

हा व्यवसाय कुटुंबाधिष्ठित आहे. नक्की उत्पादन मूल्य (production cost) ठरवायची कोणतीच पद्धत या व्यावसायिकांकडे नसावी. दिवसाला ६०० ते ७०० रुपये मजुरी मिळावी एवढेच गणित मांडले जात असावे. शहरामध्ये कसबी माणसाला एवढी कारागिरी मिळणे रास्तही आहे. विशिष्ट किमतीला ग्राहक ती वस्तू घेतो, एवढाच विचार किंमत ठरवण्यामागे असावा. किंमत अर्धी केली, तर विक्री दुप्पट होणार नाही, हे व्यवहारज्ञानही खरे आहे. प्लास्टिकशी तुलना केली, तर त्यांचा कच्चा माल १००-११० रुपये प्रती किलो आहे. त्या वस्तू सुमारे २५० रुपये प्रती किलो दराने विकल्या जातात. त्यात ३०-३५% करासाठी जातात. अशा परिस्थितीत बांबूचा वापर वा बाजार (market) कसा वाढणार? तो अर्थातच खूप हौशी वा गरजू ग्राहकांपुरता मर्यादित राहिला आहे.

नवी तंत्रे, उपकरणे वापरून प्रती माणशी उत्पादकता वाढवणे, वापराची नवी क्षेत्रे, नव्या वस्तू बनवणे व योग्य दरात त्या ग्राहकांपर्यंत पोहोचवणे हे बुरुड काम उद्योगाच्या व एकंदरीत पर्यावरणाच्या दृष्टीने गरजेचे आहे. उदाहरणार्थ, एकूण कामापैकी सुमारे अर्धा वेळ योग्य आकाराच्या पट्ट्या, कामट्या करण्यात जातो. सोप्या उपकरणांनी तो कमी करता येईल. तसेच जगभरात बांबू विणण्याच्या साधारणतः दीडशे पद्धती आहेत. पण आपल्या इथे ३० ते ४० पद्धतीच वापरल्या जातात, असे एका तज्ज्ञ व्यक्तीने सांगितले.

कच्च्या मालाचा पुरवठा

शेतकऱ्यांच्या दृष्टीने पाहता त्यांनाही प्रती किलो रु. १०/१२ एवढाच दर मिळत असावा. म्हणजे उत्पादक/शेतकरी यांना फार कमी भाव मिळणे व ग्राहकांना तीच गोष्ट खूप महागात घ्यावी लागणे, हे सर्वच शेतमालाचे (फळे, दूध इ.) दुखणे बांबूबाबतही खरे आहे.

दुसरी गोष्ट म्हणजे, पुण्यापासून ५०-६० किमी अंतरावर मोठ्या प्रमाणावर खासगी बांबू लागवड आहे. परंतु व्यावसायिक वा शेतकरी या दोन्ही बाजूंकडून थेट पुरवठा केला जावा असे प्रयत्न झालेले दिसत नाहीत. दोन्ही बाजू मध्यस्थांवर अवलंबून आहेत. त्यामुळे व्यावसायिक, शेतकरी व अंतिमतः ग्राहक तिघांचेही नुकसान होत आहे.

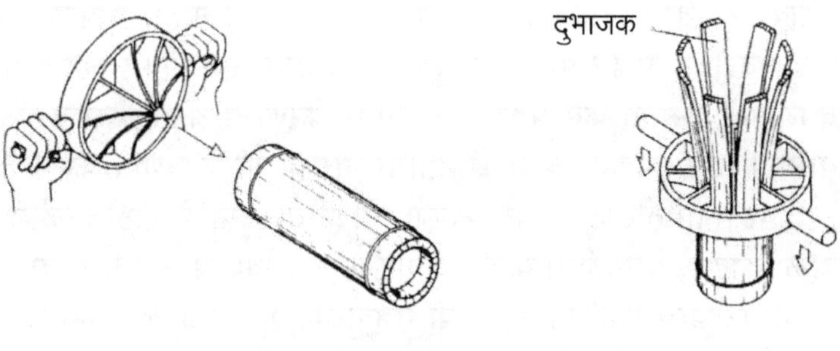

पट्ट्या काढण्याची जपानी पद्धत

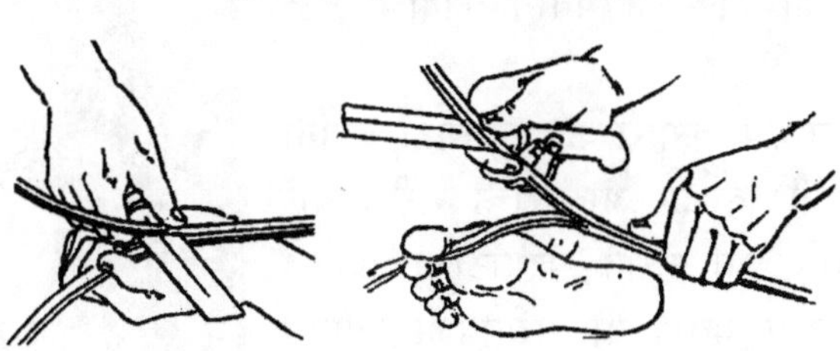

पट्ट्या काढण्याची बुरुड लोकांची पद्धत

आधुनिक अवजारे व तंत्रे

लोहार, सुतार, शिंपी इत्यादी कारागिरांना आपला व्यवसाय अधिक उत्पादनक्षम करण्यासाठी, वस्तूंची निर्मिती सुबक होण्यासाठी विविध उपकरणे व यंत्रांचा वापर करावा लागतो. बुरुड व्यवसायसुद्धा त्याला अपवाद नाही. परंपरागत वस्तुनिर्मिती करण्याबरोबर बुरुड समाजाने बांबूआधारित नव्या उद्योगांकडे वळले पाहिजे. नवीन तंत्रज्ञान आत्मसात केले पाहिजे, नवीन उपकरणांची ओळख करून घेतली पाहिजे. यासाठी नवी उपकरणे व यंत्रसामग्रीचा परिचय या प्रकरणात करून दिला आहे.

वस्तुनिर्मितीसाठी वापर करण्याअगोदर बांबूच्या पेरगाठीजवळील फांदी अगर डोळा काढणे, पेरगाठीचा कंगोरा सपाट करणे आवश्यक असते. फांदी पेरगाठीपासून अलग करण्याचे एक तंत्र आहे. या तंत्रानुसार फांदी काढली नाही तर फांदीबरोबर बांबूची सालसुद्धा निघते. साल निघू नये म्हणून धारदार सुरीने तळापासून फांदीचा काप घ्यावा किंवा करवतीने फांदीचा तळ कापावा.

कंगोरा सपाट करणे

पेरगाठीचा कंगोरा काढण्यासाठी जपानी कारागिरांनी विशिष्ट आकाराची सुरी तयार केली आहे. या सुरीने पेरगाठीचा कंगोरा सपाट करता येतो. या सुरीऐवजी जपानी कारागीर लहान रंधासुद्धा वापरतात.

आवश्यक त्या लांबीचा बांबू मिळवण्यासाठी करवतीचा वापर केला

जातो. नंतर बांबूच्या पट्ट्या काढण्यात येतात. हे काम वेगाने व व्यवस्थित होण्यासाठी जपानी कारागिरांनी 'बांबू विभाजक' (Bamboo splitter) तयार केले आहेत. या विभाजकाने बांबूच्या चार, आठ, सोळा अशा पट्ट्या एका वेळी काढता येतात. एका लोखंडी गोल कडीत दोन, चार अगर अधिक सुऱ्या ठरावीक कोनात बसवलेल्या असतात. हा विभाजक बांबू टोकावर ठेवून लाकडी ठोकळ्याने त्यावर सावकाश प्रहार केला जातो. सुऱ्या बांबू कापत जातात व पट्ट्या निघतात.

बांबूच्या समान आकाराच्या कामट्या करण्याचे यंत्र

पट्ट्या सारख्या रुंदीच्या करण्यासाठी, पट्टीला अर्धगोलाकार करण्यासाठी वा बांबू काडीसारख्या व्यासाचा करण्यासाठी विविध उपकरणे वापरतात.

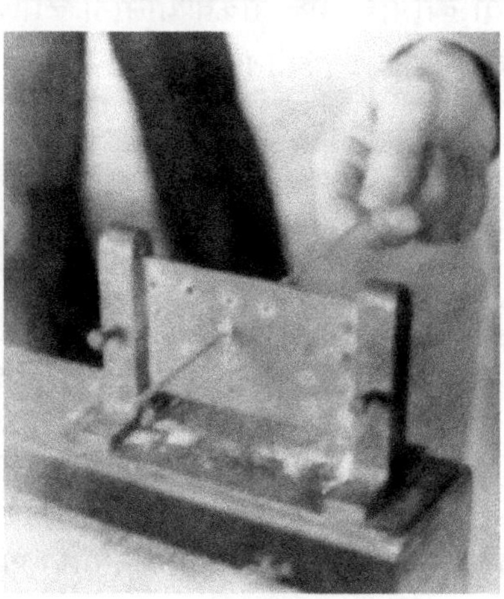

बांबू एका व्यासाचा करणे

बांबूपासून फर्निचर तयार करण्यासाठी 'फळी' बनवावी लागते. फळी तयार करण्याचे सोपे तंत्र जपानी कारागिरांनी निर्माण केले आहे, ते असे : बांबू तुकड्याच्या लांबीकडील बाजूस करवतीने सरळ काप घेतात. नंतर तो बांबू दाबयंत्राखाली ठेवून त्यावर सावकाश दाब देतात. दाबामुळे बांबू पसरट होऊ लागतो. दाब सावकाश वाढवल्यावर बांबूचे फळीत रूपांतर होते. फळ्या जोडून आवश्यक लांबी-रुंदीच्या फळ्या तयार करता येतात.

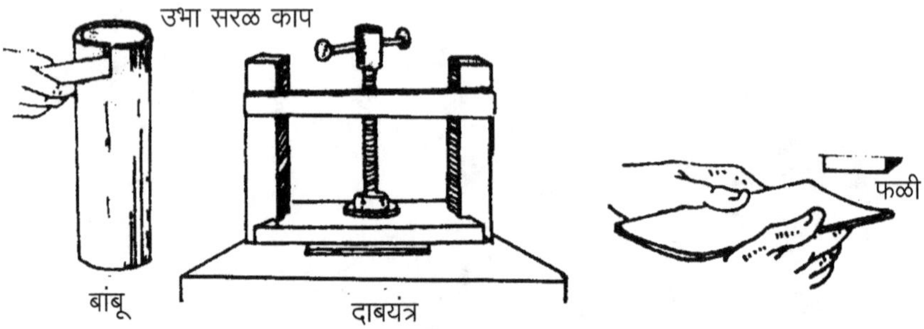

फळी तयार करण्याचे सोपे जपानी तंत्र

बांबूपासून फर्निचर, टेबल, खुर्ची स्टूल इत्यादी तयार करण्यासाठी बांबूपट्ट्या वाकवणे आवश्यक असते. बांबू लहानमोठ्या व्यासाचे असतात. त्यानुसार उपकरण वापरावे लागते. पट्टी वाकवण्यासाठी बांबूतील काही भाग काढून घ्यावा लागतो. सहज वळावा म्हणून तो गरम करावा लागतो. लोखंडाच्या योग्य व्यासाच्या गरम तुकड्यावर बांबूपट्टी ठेवून ती वळवणे, वळल्यानंतर ती पट्टी पाण्यात काही सेकंद ठेवून थंड करणे, या पद्धतीने बांबू पट्टीपासून गोल पट्टी तयार करता येते.

लहान, मध्यम व मोठ्या व्यासाचे बांबू वाकवण्यासाठी लागणारी उपकरणे व बांबू पट्ट्या वळवण्याची कृती व उपकरणे पुढील आकृतीत दाखवली आहेत.

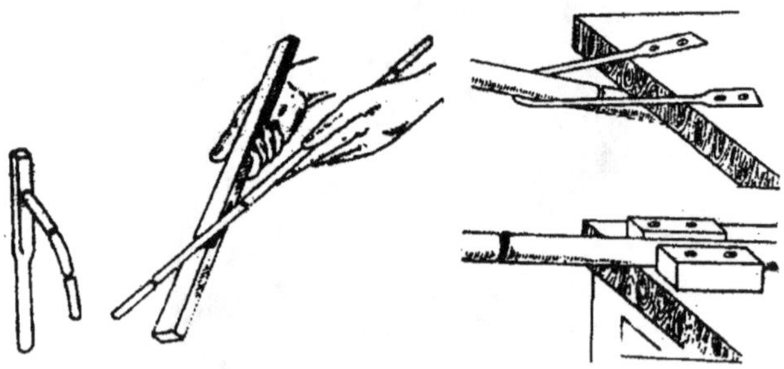

लहान, मध्यम व मोठा बांबू वाकवण्याची पद्धत

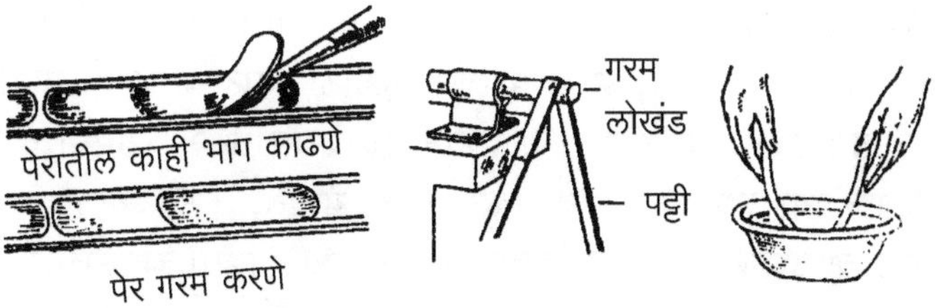

बांबू पट्टी वाकवण्यापूर्वी गरम लोखंडावर वाकवणे, पाण्यात धरणे

उपकरण संच

चीन, जपान या देशांच्या धर्तीवर बांबूपासून मॅटबोर्ड व तत्सम बोर्ड निर्मिती हा एक मोठा उद्योग भारतात उभा राहत आहे. या उद्योगाचा कच्चा माल म्हणजे बांबू चटया. चटयांसाठी बांबू पट्ट्या काढणे हे एक अंग-मेहनतीचे काम आहे. शिवाय बांबूचा बराचसा भाग वाया जातो. शारीरिक कष्ट व बांबू वाया जाण्याचे प्रमाण तसेच वेळ वाचवून काम त्वरित होण्यासाठी 'दि प्रोटोटाइप डेव्हलपमेंट ॲण्ड ट्रेनिंग सेंटर, हावरा, पश्चिम बंगाल' या राष्ट्रीय लघुउद्योग आयोगाच्या केंद्राने बांबू कारागिरांसाठी एक उपकरण संच (टूलकिट) १९९४ मध्ये तयार केला. या संचात पुढील उपकरणे आहेत :

बांबू चिरण्याचे साधन (बांबू स्प्लिटर), बांबूपट्टीला अर्धगोलाकार करणारे उपकरण, छिन्नी, भोके पाडण्याचे यंत्र व पाती, टेनॉन, हॅकसॉ, बीलहूक, हँडस्लीक, रंधा, हातोडी, कानस, २ मीटर लांबीचा मेजरिंग टेप. ही उपकरणे एका पेटीत ठेवता येतात.

या उपकरण संचापासून स्फूर्ती घेऊन मुंबई येथील इंडियन इन्स्टिट्यूट ऑफ टेक्नॉलॉजी या संस्थेच्या 'इंडस्ट्रिअल डिझाइन सेंटर' या संस्थेतील प्रा. ए. जी. राव यांनी बांबू हस्त व्यावसायिकांना उपयुक्त अशा ९७ उपकरणांचा व विशिष्ट वस्तुनिर्मितीसाठी योग्य असा ३० उपकरणांचा असे दोन संच तयार केले आहेत.

बांबूपासून तयार केलेल्या वस्तू जास्त आकर्षक दिसण्यासाठी त्यांना रंग देता येतो. वस्तू तयार करण्यापूर्वी बांबू पट्ट्यांना रंग लावून घेतात. हे रंग वनस्पतिजन्य आहेत. रंग देण्यापूर्वी पट्ट्यांना धुरी देतात. त्यामुळे पट्ट्या कीडरोधक होतात व त्यांचा टिकाऊपणासुद्धा वाढतो. पट्ट्यांना तपकिरी रंग येण्यासाठी कात अगर चहाच्या पानांचा अर्क वापरतात. पिवळ्या रंगासाठी हळद, निळ्या रंगासाठी नीळ, नारिंगी रंगासाठी मंजिष्ठ तर लाल रंगासाठी बीट वापरतात. वस्तू अधिक आकर्षक दिसण्यासाठी त्यावर लाखेचे पूट चढवतात.

बांबूआधारित मोठ्या उद्योगांना आवश्यक असणाऱ्या यंत्रसामग्रीची माहिती पुढे दिली आहे. बांबू उद्योगासाठी लागणारी यंत्रसामग्री तयार करणारे चार-पाच कारखाने भारतात आहेत. त्यापैकी काही यंत्रांचा इथे थोडक्यात परिचय करून दिला आहे. ही यंत्रे बांबू फळी व बांबू फर्निचर निर्मितीसाठी उपयुक्त आहेत.

१. **युनिव्हर्सल बांबू ॲप्लिकेशन यंत्र :** या एका यंत्राने बांबूचे विभाजन, एक अगर तीन बाजू सपाट करणे, भोके पाडणे, पेरगाठ सपाट करणे ही कामे होतात.

२. **आडवे तुकडे करणारे यंत्र :** या यंत्राने २० मिमी ते २०० मिमी व्यासाच्या बांबूचे आवश्यक त्या लांबीचे आडवे तुकडे करता येतात.

३. **पेरगाठ काढणारे यंत्र :** या यंत्राने २० ते २०० मिमी व्यासाच्या बांबूची पेरगाठ काढता येते.

४. **विभाजक यंत्र :** बांबूचे उभे व सारखे १६ भाग करता येतात. बांबूचा थोडाही भाग वाया जात नाही.

५. **पेराच्या आतील आडवा पटल काढणारे यंत्र**

६. **पट्टीच्या दोन बाजू सपाट करणारे यंत्र**

७. **पट्टीच्या चारही बाजू सपाट करणारे यंत्र**

८. **काठीला योग्य आकार देणारे यंत्र**

९. **गोल काड्या करणारे यंत्र**

१०. **पातळ पट्ट्या करणारे यंत्र**

■■

प्रा. राव १९९० पासून बांबू वस्तुनिर्मिती क्षेत्रात कार्य करत आहेत. चीन, जपान, इंडोनेशिया व थायलंड या देशात बांबू हस्तोद्योगासाठी वापरण्यात येणाऱ्या उपकरणांचा अभ्यास तसेच लाकडी वस्तू तयार करण्यासाठी वापरात येणाऱ्या यंत्रसामग्रीचा अभ्यास करून वर उल्लेख केलेले दोन उपकरण संच त्यांनी तयार केले. बांबू हस्तोद्योग करणाऱ्यांना सतत मार्गदर्शन करण्यासाठी 'मायक्रो कॉमन फॅसिलिटी सेंटर्स' (एमसीएफसीएस) ही संस्था स्थापन केली. त्याद्वारे उपकरणे, यंत्रे व त्यांचा वापर, साचा, जिग्ज, फिक्चर्स व नवीन तंत्रज्ञान, विशिष्ट उत्पादनासाठी ठरावीक उपकरणे, नव्या उत्पादनांची आराखडा निर्मिती यासंबंधी सर्वंकष प्रशिक्षण देण्याची व्यवस्था केली. या उपकरणांचा कसा वापर करावयाचा यासाठी शिबिरे आयोजित केली.

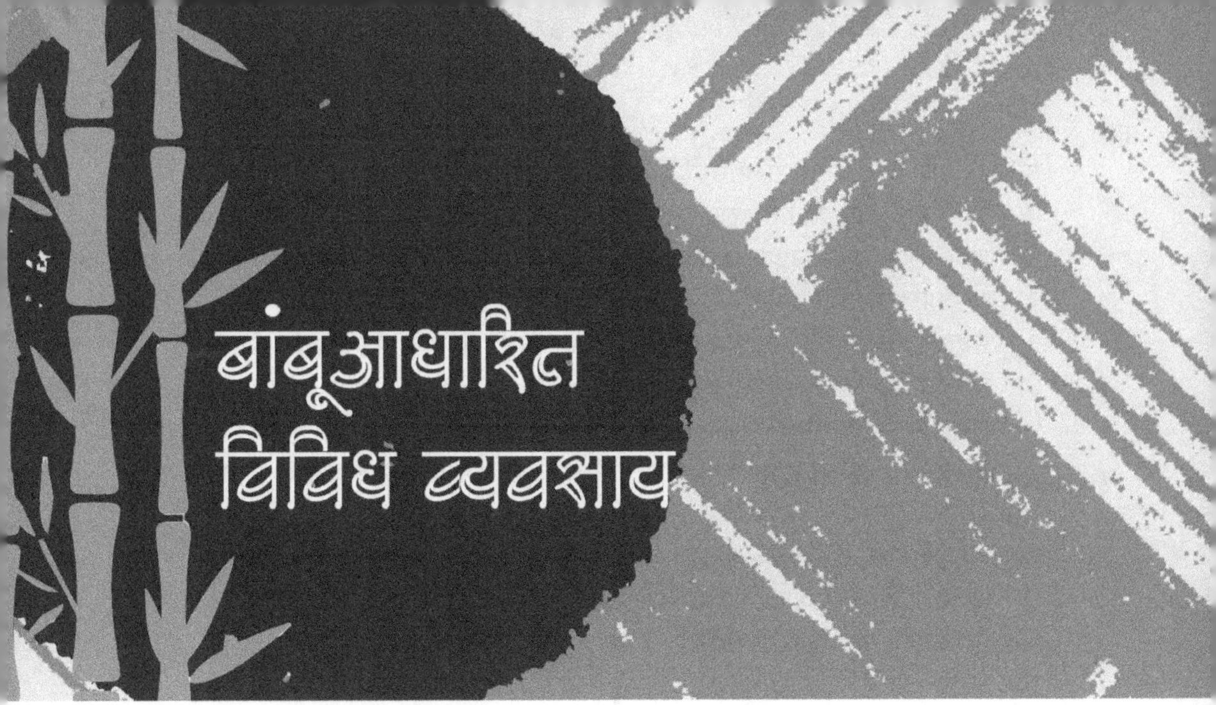

बांबूआधारित विविध व्यवसाय

आपल्या जगण्यामध्ये शिक्षण नाही व शिक्षणामध्ये जीवन नाही, असे कै. विनोबा भावे म्हणत. बांबूचा वापर करून अनेक विषय व गोष्टी शिकवता येतील; तसेच त्याचा वापर करून जगणे सुकर होईल, रोजगारनिर्मिती होईल अशा काही कल्पना सुचवल्या आहेत.

बांबू क्लब : प्राथमिक, माध्यमिक शिक्षणामध्ये हस्तकला हा स्वतंत्र विषय शिकवला जातो. औपचारिक विषयांपेक्षा हा विषय खूप वेगवेगळ्या पद्धतीने हाताळता येतो. मुलेही आपल्या सर्जनशीलतेला त्यामध्ये खूप वाव देऊ शकतात. ग्रामीण/अर्धग्रामीण भागात बांबू सहज उपलब्ध असेल व शिक्षक उत्साही असेल, तर साध्यासुध्या कलाकुसरीच्या वस्तूंपासून तात्पुरत्या लहानसहान बांधकामापर्यंत विविध प्रकारे बांबू वापरून मोलाचे विविधांगी शिक्षण देऊ शकतील.

छंदवर्ग : शहरांमध्ये सुट्टीमध्ये व वर्षभरसुद्धा अनेक प्रकारचे छंदवर्ग (Hobby Classes) उदाहरणार्थ, चित्रकला, शिल्पकला, पुष्परचना, ओरीगामी इत्यादी जोरात चालले आहेत. पालकही अशा छंदवर्गांना आपल्या मुलांना आवर्जून पाठवतात. अशाच प्रकारे बांबू छंद वर्गामध्ये शेकडो प्रकारच्या वस्तू बनवता येतील.

कमवा व शिका : ग्रामीण भागातील आश्रमशाळा, वसतीगृहे येथेही अशा प्रकारचे छंद प्रशिक्षण वर्ग सुरू करता येतील. रयत शिक्षण संस्था, विद्यार्थी साहाय्यक

समिती, पुणे अशा अनेक संस्थामध्ये विद्यार्थ्यांनी स्वत: काम करून पैसे मिळवावेत व शिकावे यासाठी प्रयत्न केले जातात. त्यासाठी बांबू हा आदर्श कच्चा माल आहे. कारण

१. बांबू सहज सर्वत्र उपलब्ध आहे.
२. तो पर्यावरणस्नेही आहे.
३. हलका असल्यामुळे सर्व वयोगटातील विद्यार्थी तो वापरून काम करू शकतात.
४. त्याच्या शेकडो प्रकारच्या वस्तू बनवता येतात.
५. त्यात भरपूर मूल्यवर्धन (value addition) करता येते.
६. या वस्तू बनवण्यासाठी अवजड यंत्रसामग्री, उच्च दर्जाचे कौशल्य यांची गरज नसते.

कौशल्य विकास (Skill Development) : कसब, हुन्नर वाढवणे या संकल्पनेला सध्या खूप महत्त्व दिले जात आहे. सरकारतर्फे त्यासाठी मोठमोठ्या योजना आखल्या जात आहेत. कौशल्य वाढल्यामुळे कारागिराची प्राप्ती तर वाढतेच, त्यासोबत

१. त्याची आत्मप्रतिष्ठा (self image) सुधारते.
२. अनावश्यक श्रम कमी होतात.
३. नवीन तंत्रे निर्माण होऊ शकतात व यामुळे
४. समाजाची एकंदर प्रगती होते.
५. श्रमाला प्रतिष्ठा प्राप्त होते.

पारंपरिक बुरुड काम करणारे कारागीर तसेच इच्छुक विद्यार्थी यांना या योजनेच्या माध्यमातून नवीन तंत्रे, उपकरणे, हत्यारे व नवीन डिझाईन्स उपलब्ध करून दिली जावीत असे आवर्जून सुचवावेसे वाटते. भारतातील बांबूआधारित उद्योगाची व्याप्ती एवढी मोठी आहे की, अशी उपकरणे, हत्यारे बनवण्याचा एक नवा व्यवसाय नक्कीच उभा राहू शकतो.

उत्पादने : वरील सर्व गटांतील व्यावसायिक, छंदी कारागीर, विद्यार्थी बनवून विक्री करू शकतील, अशा वस्तूंची उदाहरणे :

१. घरगुती उद्योग या प्रकरणात सुचवल्याप्रमाणे वेगवेगळ्या आकाराच्या व लांबीच्या काड्या कामट्या.
२. **दिवाळी :** या सणासाठी बांबूआधारित एवढ्या वस्तू बनवता येतील, की वर्षात किमान सहा महिन्यांचे काम कारागिरांना मिळू शकेल.
   अ) आकाशकंदील/दीपदाण्या (lampshades) वा ते बनवता येईल असा संच
   आ) शुभेच्छा पत्रे (greeting cards)
   इ) पेरांच्या विविध आकाराच्या पणत्या
   ई) मिठाई, सुका मेवा देण्यासाठी शोभिवंत डबे, विविध प्रकारच्या भेटवस्तू.
   उ) दिवाळीच्या निमित्ताने किल्ला बनवण्याची पद्धत महाराष्ट्राच्या अनेक भागात आहे. लाकडी, प्लास्टरचे किल्ले अनेक ठिकाणी विकले जातात. या धर्तीवर बांबूचा छोटा

किल्ला, तटबंदी वा त्यातील घरे, तोफा इत्यादी वस्तूंना चांगली बाजारपेठ मिळू शकते. अशा गोष्टी बनवण्याचे लहानमोठे संच (किट) माहितीसह दिल्यास त्याला शैक्षणिक मूल्यही लाभेल. हलकेपणा, टिकाऊपणा, बहुविधता (versatality), पर्यावरणस्नेही व आकर्षकता या बांबूच्या गुणांचे ब्रँडिंग करण्याची गरज आहे.

३. **राखी पौर्णिमा :** दिल्ली, कोलकाता, सुरत, मुंबई या शहरांमध्ये कोट्यवधी रुपयांच्या राख्या बनवल्या जातात. त्यासाठी धागे, मणी, पदके अशा शेकडो प्रकारच्या विविध छोट्या गोष्टी वापरल्या जातात. बांबूच्या टाकाऊ भागातून अशा वस्तू बनवून त्या घाऊकपणे पुरवता येतील.

४. **गणपती उत्सव :** दिवाळीप्रमाणेच गणपती उत्सवही बांबू व्यावसायिकांना पर्वणी ठरू शकतो. बांबूची विविध प्रकारची मखरे, फुलदाण्या आजही बनवल्या जातातच. त्यामध्ये विविधता, आकर्षकता आणून या व्यवसायाचा पाया वाढवता येईल.

५. **शैक्षणिक साहित्य :** बघणे, ऐकणे, घोकणे, वाचणे याहूनही हाताळणे, वापरणे, करून बघणे, जोडणे या क्रियांमधून मुले लवकर, जास्त चांगले व कायमस्वरूपी शिकतात. यामुळे अशा पद्धतींचा वापर आधुनिक शिक्षणक्षेत्रात मोठ्या प्रमाणावर होतो आहे. अशी असंख्य शिक्षण-साधने बाजारात उपलब्ध आहेत. आता पर्यावरणस्नेही म्हणून लाकडी साधनांना मोठी मागणी आहे. लाकडाच्या तुलनेत बांबू कोणकोणत्या बाबीत सरस आहे हे आपण पाहिले आहे. शैक्षणिक साधनांचे क्षेत्र बांबू व्यावसायिकांना खुणावते आहे.

६. **घरगुती वापराच्या वस्तू :** योग्य दर व किमान दर्जा ठेवल्यास आजच्या शेकडो पटींनी बांबूचा वापर वाढू शकतो, का ते आपण पाहू.

बांबू	**प्लास्टिक/धातू**
कच्च्या मालाचा दर ५ ते ६ रुपये किलो	१०० रुपये किलोच्या पुढे
किमान गुंतवणूक : एक शेड, हत्यारे, उपकरणे, काही हजार रुपयांतून सुरू करता येतो.	मोठी जागा, काही स्वयंचलित यंत्रे, साचे (Dies), कच्चा माल किमान काही लाख रुपये
तांत्रिक कौशल्य : काही काळात शिकता येते.	कुशल प्रशिक्षित यांत्रिक (operator) आवश्यक
अवजारे : देखभाल, दुरुस्ती नगण्य. थोडेफार फरक करून बरीच विविधता आणता येते.	उच्च तांत्रिक माहिती, महागडे सुटे भाग, सतत नवनवीन यंत्रे, तंत्रज्ञान, साचे गरजेचे.
ऊर्जा : किमान; नसली तरी चालते.	उच्च दाब आवश्यक. सतत उत्पादनात खंड पडल्यास मोठे नुकसान.
वाहतूक : किमान	केंद्रीय उद्योगांमुळे कच्चा माल व विक्री यासाठी भरपूर वाहतूक
पर्यावरणस्नेही : उत्पादन, वापर व विघटन तिन्ही टप्प्यांवर पर्यावरणस्नेही.	पहिल्या टप्प्यासाठी प्रचंड ऊर्जा, प्रदूषण, विघटनक्षम नाही.

असे असतानाही बांबूचा वापर का होत नाही, असा प्रश्न वाचकांना पडेल. त्याविषयी विविध कारणे पुस्तकात ठिकठिकाणी आलेली आहेत. घरगुती वापराच्या विविध व नावीन्यपूर्ण वस्तू योग्य दरामध्ये ग्राहकांपर्यंत पोहोचवणे, हा या समस्येवरील एक इलाज आहे. प्लास्टिक व धातू यांच्या तुलनेत आकर्षक, किफायतशीर बनू शकणाऱ्या वस्तूंची यादी वानगीदाखल दिली आहे :

१. चप्पल, बूट, कुंड्या इत्यादी ठेवण्याचे विविध प्रकारचे स्टँड/रॅक/ट्रॉली
२. वेगवेगळ्या उपयोगाची स्टुले, बैठका, मेज इत्यादी
३. कचऱ्यासाठीच्या लहानमोठ्या बादल्या
४. हँगर्स व क्लिप
५. कपडे वाळत घालण्यासाठीच्या दांड्या व स्टँड्स
६. चमचे, पेन, ब्रश इत्यादी ठेवण्यासाठीचे होल्डर्स

आपापल्या क्षेत्रात धातू, लाकूड, प्लास्टिक यांना बांबू कुठेकुठे पर्यायी ठरू शकतो असा विचार पर्यावरणप्रेमी आणि उद्योजकांनी केल्यास अशा शेकडो वस्तू शक्य होतील अशी खातरी वाटते.

■■

बांबूचा टिकाऊपणा व आयुष्य वाढवणे

निसर्गामध्ये कोणतीही गोष्ट जशी पूर्णपणे निरुपयोगी असू शकत नाही, तशीच परिपूर्णही नसते. प्रत्येक सजीव आपापल्या परिसराशी (niche) सुयोग्य प्रकारे जोडलेला असतो. मानव प्रत्येक गोष्ट (सजीव-निर्जीव) आपल्या वापरासाठी जास्त अनुकूल करण्याचा प्रयत्न करत आला आहे.

बांबूमध्ये अनेक गुण आहेत. पण तो निसर्गत: लाकूड वा धातू यांच्याएवढा टिकाऊ नाही. बांबूचा टिकाऊपणा त्याची जात, वय व कोणत्या ठिकाणी वापरायचा आहे यावर ठरते. उदाहरणार्थ, जातीमुळे भित्तीकेची जाडी, भरीवपणा ठरतो. तीन वर्षे वयाच्या बांबूमधील आर्द्रता कमी असते. बंदिस्त ठिकाणी पाणी, मातीशी संपर्क आला नाही, तर बांबू कित्येक वर्षे सहज टिकतो असे दिसून आले आहे. हा टिकाऊपणा वाढवण्याच्या अनेक पद्धती आहेत. काही खूप साध्या, फुकट तर काही क्लिष्ट-महागड्या. शक्य तेवढ्या किमान सोप्या पद्धती तरी वापरल्या जाव्यात असे वाटते. त्यामुळे बांबूचा वापर वाढेल, त्यावरचा तकलादू-तात्पुरता शिक्का पुसला जाईल.

बांबू खराब का होतो ? : बांबूमधील पाण्याचे प्रमाण, त्यातील पिष्टमय पदार्थ व त्यामुळे वाळवी, बुरशी, कीटक यांचा त्यावर होणारा हल्ला हे बांबू खराब होण्याचे प्रमुख कारण आहे.

पारंपरिक सोप्या पद्धती

१. **बांबू शक्यतो वद्य पक्षात (पौर्णिमा ते अमावास्या) तोडणे :** असा बांबू जास्त काळ टिकतो, किटकांच्या हल्ल्याला कमी बळी पडतो असा जगभर समज आहे. तसेच बांधकाम, मांडव अशा कामांसाठी वापरायचा बांबू किमान चार वर्षे वयाचा असावा.
२. **बांबू कापल्यावर त्याच्या फांद्या, पाने न काढता उभा ठेवून (घराला वगैरे टेकवून) वाळवणे :** पाने बाष्प बाहेर टाकत राहतात, त्यामुळे त्यातील आर्द्रता व पिष्टमय पदार्थांचे प्रमाण कमी होते. बुरशी व वाळवी लागण्याची शक्यता कमी होते. बांबू वापरायच्या आधी काही दिवस तोडून तसा ठेवण्याने हे साध्य होऊ शकेल. या पद्धतीच्या मर्यादा म्हणजे, बांबू आकुंचन पावतो. त्यामुळे पेरगाठीला तडे जाणे, टोके दुभंगणे, सुरकुत्या पडणे असे होऊ शकते. तसेच भोके पाडणाऱ्या ढालकिड्यापासून फार संरक्षण मिळत नाही.
३. **पाण्यात वा चिखलात बुडवून ठेवणे :** तोडलेले बांबू मोळ्या बांधून, त्यावर वजन ठेवून लहान झरे, ओढे यात काही महिने ठेवतात. त्यामुळे त्यातील पिष्टमय पदार्थ पाण्यात विरघळून जातात आणि त्यांचा ढोलकिड्यांपासूनही बचाव होतो. यातील त्रुटी म्हणजे बांबूवर कायमस्वरूपी डाग पडतात.

घरगुती वापरासाठी हे उत्तम उपाय आहेत. ते सोपे व बिनखर्चीक आहेत. शेतीच्या अनेक कामांसाठी शेडची गरज असते. अशा प्रकारे प्रक्रिया केलेले बांबू अनेक वर्षे टिकू शकतील. ते खूप स्वस्त पडतील. बांबूचा थेट मातीशी संपर्क येणार नाही एवढी काळजी मात्र घ्यायला लागेल. पायासाठी कोकणात चिरा वापरणे (जांभा दगड) किंवा प्लास्टिक/लोखंडी पाइपच्या तुकड्यात बांबूचा बुंधा घालणे असे उपाय करून बघावेत.

थोडे जास्त सुधारित उपाय

१. चुना, डांबर वा डांबर आणि वाळू यांचा लेप देणे.
२. धग : बांबूला तेल चोळून मंद निखाऱ्यावर सतत फिरवला जातो. ही प्रक्रिया केल्यावर बांबूला तडे जात नाहीत.

रासायनिक पद्धती

थोडक्यात सांगायचे तर बांबू दीर्घायू बनवायचा असेल, तर त्याच्या पेशीतील व पेशीबाहेरील पाणी पूर्णपणे काढून टाकणे हा एकमेव इलाज आहे. उत्तम बांधकाम वा उच्च प्रतीच्या वस्तू बनवायच्या असतील, तर ते गरजेचेही आहे. उत्साही, धडपड्या लोकांनी बांबू वापरून बघावा, त्याच्याशी खेळावे असा या पुस्तकाचा एक हेतू आहे. अशा वाचकांसाठी त्या पद्धतीची पुढे थोडक्यात ओळख करून दिली आहे. पण त्यापूर्वी बांबूची शरीररचना थोडी सखोल समजावून घ्यावी लागेल.

बांबू साल : आतील पेशींच्या तुलनेमध्ये ही बरीच द्रवरोधक आहे. म्हणजे ती पाणी घेत नाही वा आतले पाणी बाहेरही जाऊ देत नाही. तसेच त्यामध्ये सिलिका या घटकाचे प्रमाण जास्त आहे. त्यामुळे एका अर्थाने साल हा बांबूमधील सगळ्यात बळकट भाग आहे. (त्याचा वापर कसा केला जातो हे आपण पुढे बघणार आहोत.) बांबूच्या दणकटपणाचे कारण म्हणजे त्यातील तंतुपेशी. त्या सालीमध्ये सर्वात जास्त प्रमाणात असतात.

बांबूतील पेशी रचना : बांबू टिकाऊ बनवण्यासाठीचे रसायन मुख्यत: अन्नवाहक वृंदातून पेशीपर्यंत पोहोचते. परंतु पोकळीकडील भागापासून सालाकडे त्यांचा आकार लहान होत जातो व संख्या वाढत जाते. त्यामुळे संरक्षक रसायन सर्वत्र सारखे पसरत नाही.

पेराचा पडदा : बांबू सलग पोकळ नसतो. प्रत्येक पेरगाठीला पडदा असतो. रसायने सर्वत्र पोहोचण्यात हा दुसरा अडथळा आहे. पडद्यामध्ये तंतुपेशी अखंड नसतात. त्यामुळे पेरगाठीचा भाग तुलनेने कमकुवत असतो.

बांबूची रचना समजून घेतल्यावर आता तो टिकाऊ बनवण्यासाठी कोणते उपाय करायचे ते पाहू.

आपल्या इथे बहुतेकदा बांबू शेड, मांडव अशा तात्पुरत्या बांधकामासाठी वापरला जातो. त्याचा टिकाऊपणा, उपयोगिता वाढावी यासाठी प्रक्रिया केली जात नाही. पण बांबू वापरून टिकाऊ बांधकामे उभारता येतात. तो अगदी काँक्रीट बांधकामात लोखंडाऐवजीसुद्धा वापरता येतो. त्यापासून उत्कृष्ट दर्जाचे, महागडे फर्निचर वा इतर रचना बनवता येतात.

अशा वापरासाठीचा बांबू कणखर, टिकाऊ हवा. बांबूची शरीररचना, गुणधर्म तसेच त्यातील त्रुटी यांची माहिती आपण घेतली आहे. काही साधे उपाय (डांबर, धुरी देणे, काजू टरफल तेल वापरणे) वापरून त्यावर मात कशी करता येते, तेही आपण पाहिले आहे.

हे उपाय स्वस्त, सुलभ असले तरी त्यात बांबूचे मूळ रंगरूप टिकून राहत नाही. आकर्षक रचना, फर्निचर यासाठीची ती पूर्वअट असते. हे उपाय शास्त्राच्या कसोटीला पूर्णत: उतरतही नाहीत. तसेच अशा उपयोगांमध्ये प्रत्यक्ष बांबूची किंमत अतिशय कमी असते. या कामासाठीची मजुरी, वाहतूक, उभारणी यांचा खर्च मूळ कच्च्या मालाच्या काही पट असतो. अशा ठिकाणी खातरीशीर बांबू वापरणे अत्यावश्यक असते. त्यासाठी रासायनिक प्रक्रिया करणे गरजेचे असते.

प्रक्रिया : बांबूतील आर्द्रता व पिठूळपणा शक्य तेवढा काढून टाकणे हाच या प्रक्रियांचा उद्देश असतो. बांबूचे वय व त्याची जात यावर हे प्रमाण अवलंबून असते. तसेच कोणत्या ठिकाणी, कोणत्या उपयोगासाठी बांबू वापरायचा आहे, यावर कोणते रसायन, किती प्रमाणात व कोणत्या प्रक्रियेने वापरायचे हे ठरते.

रसायने : बोरॅक्स, बोरिक ॲसिड, वॉर्निश, मेलामाईन, कॉपर सल्फेट, झिंक क्रोमेट, सोडिअम ब्रोमाईड, क्रीओसोट अशी अनेक रसायने बांबू पक्का बनवण्यासाठी वापरली जातात.

पद्धती : बांबूचे विविध आकाराचे तुकडे वा फळ्या पक्क्या बनवणे सोपे आहे. त्यावर ब्रशने किंवा स्प्रे पंप वापरून रोधक रसायनांचा थर देता येतो; किंवा टाकीमध्ये ही रसायने विशिष्ट प्रमाणात तयार करून त्यात बांबू तुकडे, फळ्या बुडवून ठेवल्या तरी रसायने त्यात सर्वत्र पोहोचतात.

पूर्ण बांबू पक्का बनवणे याला मात्र योग्य पद्धत वापरावी लागते (याचे कारण बांबूची शरीररचना). पाणी वा जमिनीचा संबंध येणार नाही अशा ठिकाणी बांबू वापरायचा असेल तर रोध रसायनांचा लेप देणे पुरेसे असते.

बाऊचेरी पद्धत : संरक्षक रसायन ओल्या बांबूतील प्रत्येक पेशीत व पेशींमधील पोकळीत पोहोचणे आवश्यक असते. हे रसायन तीव्र दाबाने (इंजेक्शनसारखे) बांबूमध्ये पसरवले जाते. त्याला बाऊचेरी पद्धत असे म्हणतात. ही पद्धत ओल्या बांबूसाठी वापरतात. बोरॅक्स व बोरीक ॲसिड १ : १ या प्रमाणात बनवावे. ते उंच स्टूलावर ठेवून नळींमधून बांबूच्या आत सोडावे.

यातील सुधारित पद्धत म्हणजे हवेच्या पंपाच्या साहाय्याने सोडिअम डायक्रोमेट, कॉपर सल्फेट व बोरीक ॲसिड बांबूमध्ये घालणे. हवेचा दाब व नळ्या जेवढ्या जास्त असतील, तेवढ्या जास्त बांबूंवर एका वेळी ही प्रक्रिया करता येते.

आधुनिक पद्धत : ज्या लांबीच्या बांबूवर प्रक्रिया करायची आहे, तेवढ्या लांबीची हवाबंद टाकी बनवली जाते. भारतात १२ फूट लांबीच्या बांबूवर प्रक्रिया केली जाते, पण चीनमध्ये याहूनही जास्त लांबीची टाकी वापरली जाते.

टाकीमध्ये वर उल्लेखलेली रसायने ठेवलेली असतात. टाकीमध्ये पूर्ण दाबाने ठरावीक काळ गरम वाफ सोडली जाते. दाबामुळे रसायने बांबूत शिरतात. थोडक्यात, हा एक प्रकारचा खूप मोठ्या आकाराचा प्रेशर कुकर असतो, असे म्हणता येईल.

निर्यात : या प्रक्रियांसाठी वापरली जाणारी अनेक रसायने विषारी आहेत. त्या वापरून बनवलेल्या वस्तूंवर युरोप व अमेरिकेत बंदी आहे.

थोडक्यात, आपल्या इथे बांबूचा वापर बहुतांशी तात्पुरत्या बांधकामासाठी होतो. तो अशा कामांसाठी

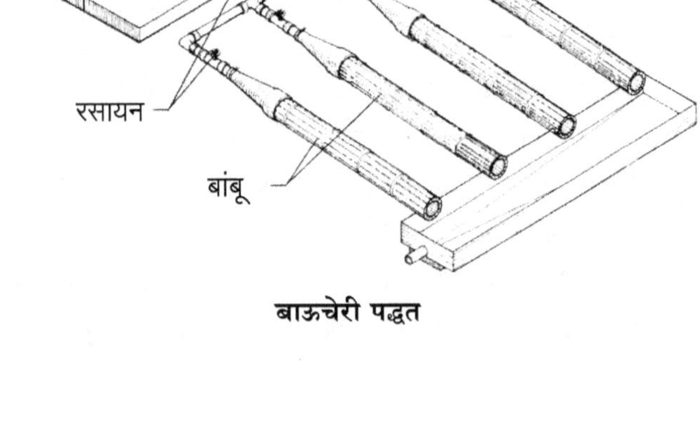

बाऊचेरी पद्धत

आपल्या इथे मुबलक प्रमाणात उपलब्ध आहे. प्रक्रिया करण्यापेक्षा नवा बांबू वापरणे स्वस्त पडत असावे. त्यामुळेच मोठ्या प्रमाणावर बांबू तसाच वापरला जातो.

बांबूवर प्रक्रिया करण्यासाठी लागणारी रसायने ग्रामीण भागात सहज उपलब्ध होत नाहीत. ती वापरण्याचे विशिष्ट प्रमाण असते; तंत्रही पूर्णत: आत्मसात करावे लागते.

या कारणांमुळे या प्रक्रियांची ओळख थोडक्यात करून दिली आहे.

■■

डॉ. वॉल्टर लिझ

बांबूच्या भौतिक, रासायनिक व अभियांत्रिकी गुणधर्मांचे संशोधन करणाऱ्यांमध्ये जर्मन शास्त्रज्ञ डॉ. लिझ अग्रगण्य समजले जातात.

बांबूच्या आंतररचनेचा अभ्यास केल्यावर त्यांच्या लक्षात आले, की बांबूची ताकद त्यातील तंतुपेशी व त्यांची रचना यामुळे आहे. सुदैवाने त्याच काळात (१९५०-६०) इलेक्ट्रॉन सूक्ष्मदर्शकाचा शोध लागला होता. त्याच्या साहाय्याने त्यांनी तंतुपेशी, अन्नवाहक वृंद (व्हॅस्क्युलर बंडल्स) व पॅरेनचायमा पेशीसमूहाचे अध्ययन करून बांबूच्या ताकदीचे रहस्य उजेडात आणले. बांबू व लाकूड दीर्घ काळ टिकण्यासाठी त्यांच्या पेशीपेशीत व पेशींमधील पोकळीत संरक्षक रसायन पोहोचावे यासाठी अनेक प्रयोग केले व त्याचे सुटसुटीत तंत्र निर्माण केले.

काष्ठजीवशास्त्र (wood biology), काष्ठ संरक्षण तंत्र, काष्ठ रोगशास्त्र, अर्थातच बांबू जीवशास्त्र व संरक्षण या क्षेत्रातील ते अधिकारी व्यक्ती मानले जातात.

विकसनशील देशांच्या प्रगतीला बांबूचा मोठा हातभार लागू शकतो हे लक्षात घेऊन त्यांनी कॅनडा देशातील संस्थेच्या साहाय्याने इंटरनॅशनल नेटवर्क फॉर बांबू ॲंड रॅटन (इनबार) ही संस्था स्थापन केली. आज ७१ देशामध्ये या संस्थेचे काम चालते.

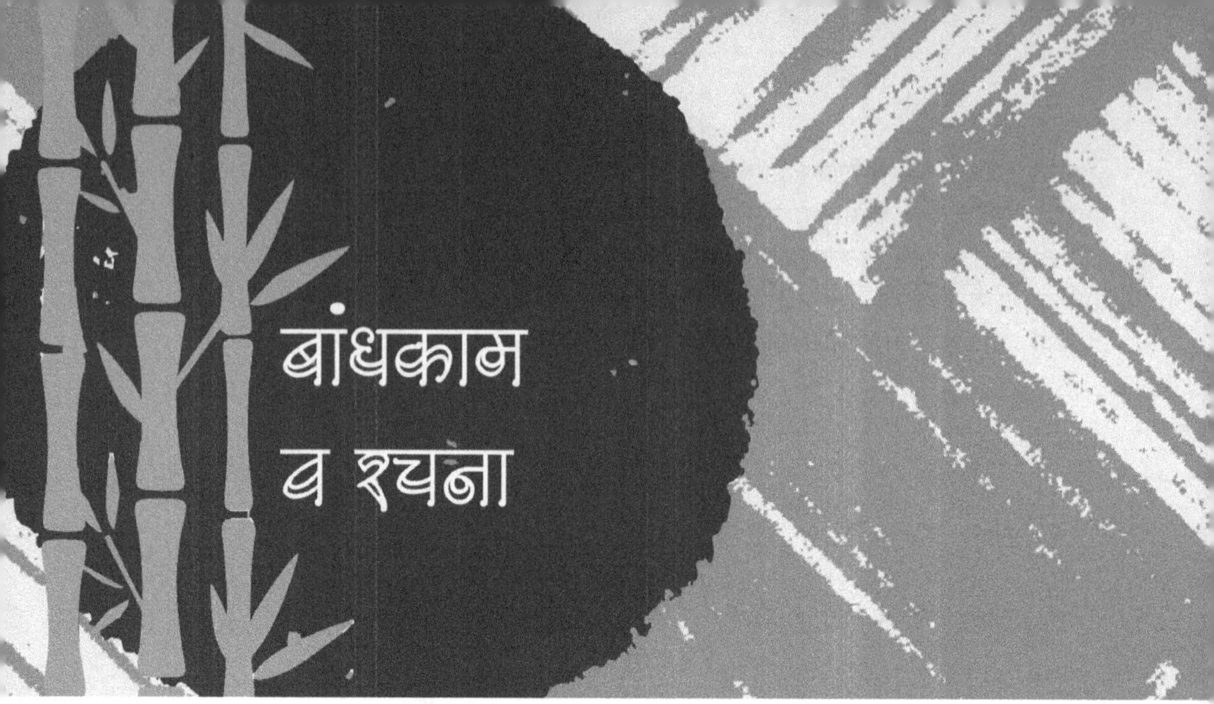

बांधकाम व रचना

बांबू वापरून शेकडो प्रकारची बांधकामे वा रचना बनवता येतात. काही दिवसांच्या मेहनतीत शून्य खर्चाची बांबू-मातीची झोपडी उभारता येते; तसेच १००% बांबूचा पंचतारांकीत, अलिशान महालही बांधता येतो. बांबू सालीपासून बनवलेले ७००-८०० फुटांचे जुने पूल आजही भारत व चीनमध्ये वापरात आहेत. मानवाने आकाशात पहिली झेप घेतली ती बांबूपासून बनवलेल्या बलूनमधूनच. एवढेच नाही, तर सुरुवातीचा प्रायोगिक विमानांचा सांगाडा बांबूचाच होता!

अशा या बांबूच्या काही गुणधर्मांची आपण उजळणी करू :

१. वरवर पाहता बांबू तकलादू वाटतो. पण खरे तर तो लाकडापेक्षा दणकट आहे. (उदाहरणार्थ, १ किग्रॅ बांबू तेवढ्याच वजनाच्या लाकडापेक्षा जास्त भार घेऊ शकतो.) त्याची ताणशक्ती (tensile strength) ही जास्त आहे. परंतु लाकडापेक्षा तो लवकर आक्रसतो व दुभंगतो.

२. बांबूमध्ये सेल्युलोज व लिग्नीन असे भिन्नधर्मीय पदार्थ असतात. यातील सेल्युलोजच्या प्रमाणावर ताकद ठरते. बांबूच्या सालात सेल्युलोज ६५% तर पोकळीकडे २०% असते. तंतुपेशींचा उल्लेख आधी आला आहेच.

३. उंचीनुसार बांबूची दबण्याची (compression) क्षमता वाढते; तर वाकले जाण्याची क्षमता (bending) कमी होते.

४. निमुळतेपणा हे बांबूचे मोठे वैगुण्य आहे. बांधकामात तुळई/खांब यांच्या पूर्ण लांबीत सर्वत्र सारखी ताकद अपेक्षित असते. त्यामुळे बांबूचा वापर टाळला जातो. (विविध उपायांनी हे वैगुण्य दूर करता येते.)

५. बांबूचा टिकाऊपणा नैसर्गिकरीत्या कमी आहे. कारण त्यात लाकडाप्रमाणे बुरशी व कीटकरोधक रसायने नसतात.

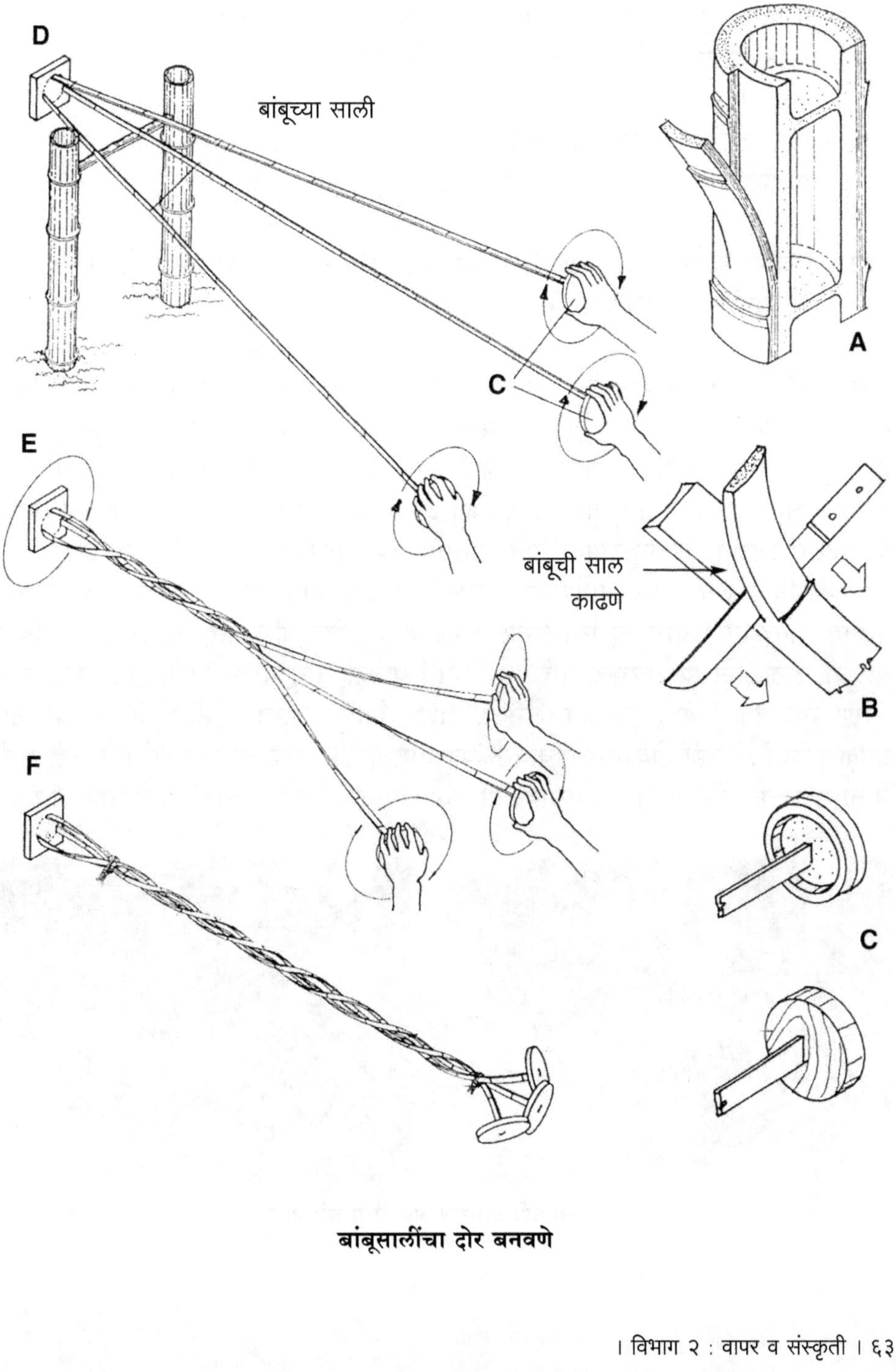

बांबूसालींचा दोर बनवणे

घर बांधणी : प्रक्रिया केलेला बांबू घरकामासाठीच्या सर्व घटकांसाठी (उदाहरणार्थ, कैची/कमान (trusses) आढे, तुळई, वासे, खांब, दारेखिडक्यांच्या चौकटी) यासाठी वापरता येतो. फक्त एक पथ्य पाळावे लागते, ते म्हणजे बांबूचा थेट संपर्क जमिनीशी येता कामा नये. काँक्रीटचा पाया वापरून हे साधता येते. असे पारंपरिक घर वर्षानुवर्षे टिकते. ते बांधायचा खर्चही सिमेंट-काँक्रीटच्या घरांपेक्षा अतिशय कमी येतो.

खांब : निमुळतेपणामुळे बांबूमध्ये सर्वत्र सारखी ताकद नसते. खांबासाठी वा कमानीसाठी वापरताना दोन बांबू विरुद्ध दिशांनी जोडून ही त्रुटी दूर करता येते.

भिंत : बांबूच्या कामट्यांची जाळीची चौकट उभारणे व त्याला माती वा सिमेंटचा लेप देणे या पद्धतीने भक्कम भिंत उभारता येते.

स्लॅब : काँक्रीट/आरसीसी बांधकामात लोखंडी सळयांऐवजी बांबू वापरता येतो. पण त्यांचे तंत्र नीट आत्मसात करावे लागते. त्यासंबंधी प्राथमिक माहिती अशी : बांबूमध्ये साल ही सर्वात भक्कम असते. *(यासंबंधी माहिती आधी दिली आहे.)* बांबूच्या पोकळीची ताण घेण्याची क्षमता प्रति चौसेंमी मागे ७०६ किग्रॅ असते. परंतु अनेक साली एकत्र पिळून त्याचा दोर तयार करतात. त्याची क्षमता प्रति चौसेंमी २०५२ किग्रॅ एवढी असते!

कोलंबिया देशात घर बांधणीसाठी बांबू वापरावर मोठे संशोधन चालू आहे. तेथील नॅशनल युनिव्हर्सिटीच्या बांबू रिसर्च सेंटरने हे तंत्र प्रमाणित केले आहे. गुआडुआ ही तेथील बांबूची जात अतिशय बळकट आहे. ८-९ महिन्यांच्या बांबूच्या साली यासाठी वापरतात. कारण त्या वयात बांबू लवचीक असतो. अशा तीनहून जास्त सालींचा पिळून घट्ट दोर बनवला जातो. दोन्ही टोकांना तो वायरने घट्ट बांधतात. अशाच बांबूची चौकोनी कडी केली जातात. या कड्यांमधून दोर घातल्यावर तो बांधकामामध्ये लोखंडी कांबीप्रमाणे वापरता येतो.

बांबू चौकटी वापरून आरसीसी बांधकाम

बांधकामासाठी आणखी दोन क्रिया कराव्या लागतात : त्या म्हणजे बांबू जोडणे व वाकवणे.

जोडणे : मांडवासाठी वा इमारतींसाठी परात उभारताना दोन बांबू/लाकडे साधा काथ्या वा तार वापरून बांधतात. कायमस्वरूपी बांधकामासाठी हे पुरेसे नाही. त्यासाठी

१. नरमादी जोड : एका बांबूला भोक पाडून त्यात दुसरा बांबू बसवणे.
२. नट/बोल्टने जोडणे.
३. बांबू अर्धे करून जोडणे : उभा चिरून बांबूचे दोन भाग करतात. जोडायच्या जागी बांबूला भोके पाडतात. भोकात नट घालून तो पिळतात.
४. गस्सेटेड जोड : ज्या कोनात बांबू जोडायचे आहेत, त्याला योग्य आकाराची फळी वा लोखंडी पत्र्याला भोक पाडून नट/बोल्टने जोडणे.

वाकवणे : बांधकामासाठी बांबू वेगवेगळ्या कोनात वाकवता येतो. बांबू तापवणे, गार करणे, पुन्हा तापवणे हे तंत्र पूर्वीपासून त्यासाठी वापरले जाते. त्यासाठी ब्लो टॉर्च वापरला जातो. परंतु आधुनिक वापरासाठी प्रचंड आकाराच्या मायक्रोवेवओव्हनचा वापर केला जातो. चीनने या तंत्रात खूप प्रगती केली आहे.

कोलंबियामध्ये तर यासाठी फार सोपी पद्धत वापरली जाते. बांबू वापरायचा असेल तिथेच त्यावर हळूहळू दाब देऊन तो वाकवतात. त्यावर छप्पर, तुळई वा वासा ठेवल्यावर तोच आकार बांबू धारण करतो.

बांबू टिकाऊ बनवून व वरील पद्धती वापरून त्याचा वापर अक्षरशः शेकडो प्रकारे करता येतो. त्यासाठी बांबू (१) सरळ व ताठ (२) ८ ते २५ सेंमी व्यासाचा व भित्तिका १ सेंमीपेक्षा जाड. (३) पेर लांबी कमी व (४) आक्रसण्याची प्रवृत्ती कमी असणारा असा असावा.

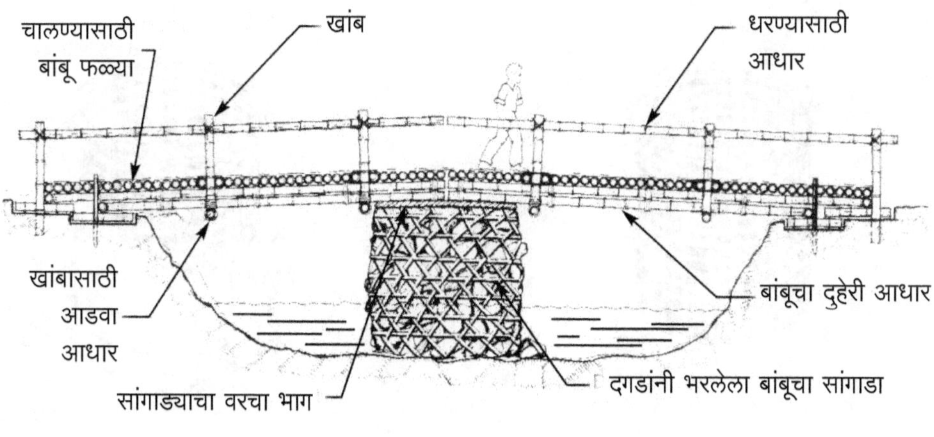

गॅबियन पद्धतीचे बांबूचे पूल

अशा बांबूपासून घर सोडून खालील रचना करता येतात :

१. कांदा ठेवण्याची, बेदाणे बनवण्याची हवेशीर शेड

२. लहान मोठ्या आकाराची हरितगृहे (Poly House)

३. तात्पुरते वा कायमस्वरूपी पूल

४. **घुमटाकृती बिनखांबाचे घर :** अंकोली, जि. सोलापूर येथील शेती विषयात अनेक अभिनव प्रयोग करणारे श्री. अरुण देशपांडे यांनी समान आकाराचे बांबू तुकडे वापरून अशी घरे बनवली आहेत. सुमारे १८ फूट त्रिज्येच्या घुमटाला १६३ बांबूचे तुकडे, त्यांना षट्कोनात वा पंचकोनात जोडण्यासाठी पोलादी तबकड्या व ७/८ किलो नट बोल्ट्स एवढेच साहित्य लागते. असा घुमटाकृती आकार बकमिन्स्टर फुलर यांनी निर्माण केला. तो अतिशय भक्कम असतो. त्याला 'बकमिन्स्टर होम' या नावानेच ओळखले जाते. हे घर भक्कम असते, अतिशय कमी खर्चात व कमी अवधीत ते बांधता येते.

५. अशाच प्रकारचे पण झटपट उभ्या करता येणाऱ्या घराचे किट (संच) ऑस्ट्रेलियातील एका संस्थेने बनवले आहे. नैसर्गिक आपत्तीच्या प्रसंगी ते विमानातून टाकता येते.

६. होड्या व तराफे यासाठी बांबूचा वापर कित्येक शतके केला जात आहे. बांबूच्या अर्ध्या भागावर क्रमाक्रमाने दाब देऊन त्याची फळी बनवता येते. त्या तंत्राची माहिती संबंधित प्रकरणात दिली आहे. बांबूच्या आकाराप्रमाणे फळीची जाडी व आकार असेल. अशा फळ्या एकमेकांना जोडून त्याची होडी मुंबई आयआयटीने बनवली आहे. दोन व्यक्ती व ५०० किलो वजन वाहून नेण्याची तिची क्षमता आहे. १९८८ मध्ये ती बनवण्याचा खर्च तेवढ्याच आकाराच्या लाकडी होडीपेक्षा सुमारे ५०% कमी होता.

७. **पाण्याच्या टाक्या :** प्रक्रिया केलेल्या बांबूच्या कामट्यांचा सांगाडा बनवून त्यावर

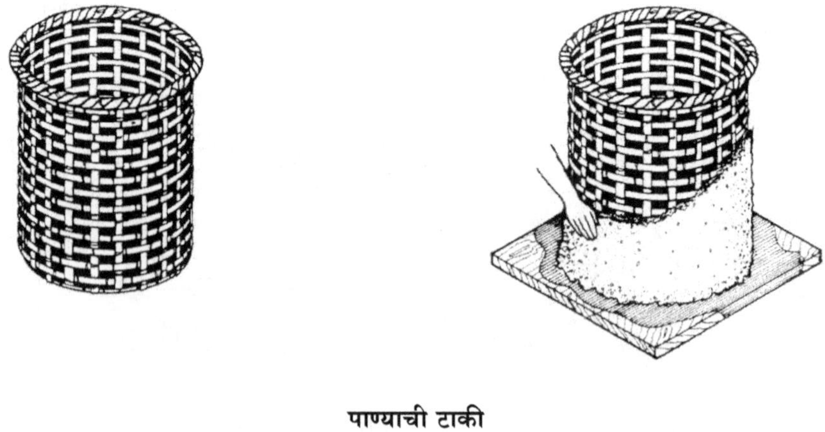

पाण्याची टाकी

फेरोक्रीटचा थर दिल्यास साठवणुकीसाठीच्या टाक्या अल्प खर्चात बनवता येतात. मोठ्या टाक्या उभारताना मात्र आरसीसी बांधकामाप्रमाणे शास्त्रशुद्ध आराखडा आखावा लागतो.

संमिश्र पदार्थ (Composite material)

दोन वेगळ्या गुणधर्माचे पदार्थ विशिष्ट पद्धतीने एकत्र आणल्यावर जास्त मजबूत गुणधर्मांचा पदार्थ तयार होतो, त्याला Composite material असे म्हटले जाते. आपली हाडे, झाडाच्या फांद्या हे अशाच पदार्थांनी बनलेल्या असतात. बांबूचे वेगवेगळ्या आकाराचे तुकडे (ढलप्या, कीस) बनवून अनेक प्रकारचे प्लायवूड बनवले जाते. बांबू व इतर पदार्थ एकत्र करून विभिन्न पदार्थ बनतात. त्यांचा निरनिराळ्या क्षेत्रात वापर केला जातो.

१. **बांबू धागे + नारळ/तागाचे धागे :** याचे तक्ते (boards) बनवता येतात. नारळाच्या धाग्यात सागाहून जास्त प्रमाणात लिग्नीन असते. त्यामुळे नैसर्गिक धाग्यांमध्ये तो सर्वात जास्त कणखर आहे.

२. **पॉलीमर/रेझीन :** वेगवेगळ्या प्रकारचे पॉलीमरमध्ये वा रेझीनमध्ये भर म्हणून बांबूचे तुकडे, भुगा घातला जातो. याच्या विविध वस्तू साच्याच्या साहाय्याने (mould) बनवता येतात. त्यांना हवे तसे रंगरूप देता येते.

३. **मॅग्नेशिअम सिमेंट :** हा खनिज पदार्थ भारतात मोठ्या प्रमाणावर उपलब्ध आहे. सध्या तो मुख्यत्वे निर्यात केला जातो. तो व बांबू एकत्र वापरून बांधकामक्षेत्रात विविध प्रकारे मोठ्या प्रमाणावर वापरणे शक्य आहे. पण त्याचा सखोल अभ्यास होणे आवश्यक आहे.

स्की बोर्ड

■■

वाद्ये

भारतीय वाद्ये

नैसर्गिक पोकळपणा व सहज भोके पाडता येणे या गुणांमुळे (आडवी धरून वाजवायची) बासरी व (सरळ धरून वाजवायचा) पावा ही वाद्ये अतिशय आदिम काळात उगम पावली असावीत हे नक्की. आग्नेय आशियातील अनेक जमातींमध्ये पाव्यासारखी अनेक वाद्ये बनवली जातात. याची मूळ कल्पना कशी स्फुरली असावी? भुंगा बांबूला भोके पाडून त्यात घर करतो. या भोकातून वारा गेल्यावर मंजूळ आवाज तयार होतो. त्यातूनच पाव्याचा जन्म झाला असावा. बालपणीचा कृष्ण व बासरी यांचे नाते अतूट आहे. पावा, मुरली, वेणू, बासरी एवढी नावे दुसऱ्या कोणत्याही वाद्याला नाहीत.

भारतीय रागसंगीतातील बीन (बहुधा रुद्रवीणा) हेही अतिशय वैशिष्ट्यपूर्ण वाद्य आहे. याचा दांडा तीन-साडेतीन फूट लांब व अडीच इंच व्यासाच्या बांबूचा असतो. सामवेद हा शब्द आपल्या सर्वांचा परिचयाचा आहे. यज्ञाच्या आरंभी यातील ऋचा गायल्या जात. गाणाऱ्याला ऋत्विज, साथीला बासरी (वेणू) वाजवणाऱ्याला वंश व वीणा वादन करणाऱ्या वादकाला वाण असे म्हटले जाई. वाणी-वीणा-वेणू अशी ही त्रिवेणी होती. पाचव्या शतकापासून बीनचे खातरीशीर उल्लेख आढळतात. बीनचे अनेक प्रकार (दोन भोपळ्याचे, तीन भोपळ्याचे) पूर्वी अस्तित्वात होते; पण सध्या एका भोपळ्याचे बीन प्रचलित आहे.

अशा प्रकारची अनेक वाद्ये आजही लोकसंगीतात अनेक प्रदेशांत वापरली जातात. त्यांचे स्वरूप भोपळा (काही ठिकाणी चामडे मढवलेली नारळाची

करवंटी), त्याला जोडलेला, पडदे काढलेला बांबू व त्यावर घोड्याच्या शेपटीचे केस वा धातूच्या तारा असे असते. आसाममध्ये पेना, महाराष्ट्रात एकतारी, टिंगरी ही याची उदाहरणे आहेत. गुजरात, राजस्थानमध्ये नाथपंथीय समाज असेच 'रावणहत्था' नावाचे वाद्य वाजवतात. (संस्कृत नाव 'रावणहस्त' - रावण संगीतकलेत अतिशय प्रवीण होता असे उल्लेख आहेत.)

- **बासरी**

हे आजचे लोकप्रिय वाद्य आहे. त्याच्या उत्क्रांतीचे टप्पे असे :

१. पारंपरिक सहा छिद्रे व फुंकीचे एक अशी एकूण सात. दोन सप्तके वाजवता येतात. अंदाजे १ सेंमी व्यास व २५ सेंमी लांब, स्वर टिपेचा.
२. श्रेष्ठ वादक पं. (कै.) पन्नालाल घोष यांनी आमूलाग्र बदल घडवून रागसंगीतात बासरीला मानाचे स्थान मिळवून दिले. एकूण ८ छिद्रे, लांबी ८१ सेंमी, व्यास २.७ सेंमी, सप्तके तीन, घनगंभीर, मानवी सुराच्या निकट.
३. पं. केशव गिंडेनिर्मित केशव वेणू : ११ स्वरछिद्रे + १ फुंकीचे. लांबी १०७ सेंमी, २.५ सेंमी व्यास, क्षमता : पावणेचार सप्तके.
४. पं. केशव गिंडेनिर्मित : ८ स्वरछिद्रे + १ फुंकीचे. १२५ सेंमी लांब, क्षमता दोन सप्तके.

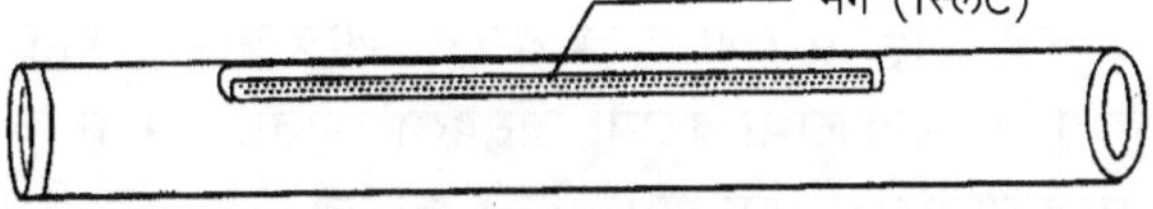

कोहकोहेन वाद्य

करून बघण्यासारखे - कोहकोहेन (बांबू स्लीट ड्रम)

वर्णनावरून हे वाद्य बनवणे सोपे असावे असे वाटते.
साधारण फूटभर लांब व ३ इंच व्यासाचा पोकळ बांबू घ्यावा. त्याच्या पेरगाठी बंद असाव्यात. बांबूच्या मधोमध अर्धा इंच रुंद व ८ इंच लांबीची खाच करावी. त्यावर दोन लाकडी टिपऱ्या वापरून ताल दिला जातो.

बासरी निर्मिती

बासरीसाठीच्या बांबूचा बाह्य व्यास २०-२५ मिमी व पोकळी १५-२० मिमी असते. त्याची पेरे मोठी असावीत. बासरी अनेक वर्षे टिकावी यासाठी बांबूवर काही प्रक्रिया कराव्या लागतात. त्या केल्यावर बांबूतील पाण्याचे प्रमाण कमी होते. तसेच बुरशी-किटकांपासून

संरक्षणासाठी त्यावर रसायनांचा लेप दिला जातो.

त्यानंतर तापत्या सळईने मधले पडदे काढून टाकतात. सँड पेपरने बांबू-भिंती घासून पोकळीचा व्यास योग्य तेवढा करतात. त्यानंतर अशाच तापत्या सळईने फुंक मारण्याचे व स्वरांची सहा भोके (योग्य अंतरावर व आकाराची) पाडली जातात. नंतर सँड पेपरने घासून ती अचूक व्यासाची बनवतात. यातील कोणतीही कृती यंत्राने करता येत नाही. कारण त्यामुळे बांबू पिचण्याची व त्याचे धागे निघण्याची शक्यता असते.

हे सारे झाले फुंकवाद्य वा तंतूवाद्यांविषयी. ढोल, ताशा, चौघडा ही तालवाद्ये वाजवायलाही, बांबूच्या कामट्या वा काठ्या वापरल्या जातात.

परदेशी वाद्ये

जपान, इंडोनेशिया, जावा या प्रदेशात बांबूपासून बनवली जाणारी बरीचशी वाद्ये जन्माला आली. जपानी शाकुहाची, इंडोनेशियातील होटोंग, सुलींग ही पावा-बासरीसारखीच वाद्ये आहेत. त्यात लहानमोठे असे बरेच प्रकार आहेत. टालेओट हे वाद्य शंखासारखे वाजवले जाते; तर कोलेसर या वाद्यात तोंडाने फुंकर मारण्याऐवजी वाऱ्याचा वापर केला जातो. जावा बेटामध्ये बांबूपासून बनवलेली अनेक प्रचलीत वाद्ये होती. पण त्यातली बरीचशी काळाच्या ओघात नाहीशी झाली. आज वापरल्या जाणाऱ्या दोन वाद्यांची रचना खूप वेगळी आहे. म्हणून त्याची माहिती दिली आहे.

- **सेलेम्पुंग**

हे जावा बेटातील तंतुवाद्य आहे. वरीलप्रमाणेच बांबूला खाच पाडली जाते. त्याच्या बाहेरच्या दोन्ही बाजूंना इंग्लिश T आकाराचा ठिय्या बसवला जातो. त्यावर बांबूचे धागे ताणून बसवतात. बांबूच्याच पातळ काड्यांनी धागे छेडले जातात.

या एकाच वाद्यामध्ये बांबूच्या किती गुणधर्मांचा वापर केला आहे हे बघण्यासारखे आहे.

- **अंगक्लुंग**

हे इंडोनेशियातील वाद्य आहे. या वाद्याची रचना गुंतागुंतीची आहे. बांबूच्या पेराला वेगवेगळ्या व्यासाची भोके असतात. त्यामध्ये विविध व्यास-लांबीचे बांबू एकमेकांना जोडतात. (आकृती पाहा.) बांबू हाताने हलवून स्वरांची निर्मिती केली जाते. एक-एक व्यक्ती हातात अशा एक वा दोन चौकटी घेऊन उभ्या राहतात व वाद्य संचालकाच्या इशाऱ्याप्रमाणे स्वरनिर्मिती करतात.

या चौकटी लाकडी ठिय्यावर ठेवून त्यावर राग-संगीत वाजवण्याचा प्रयोग यशस्वी झाला आहे.

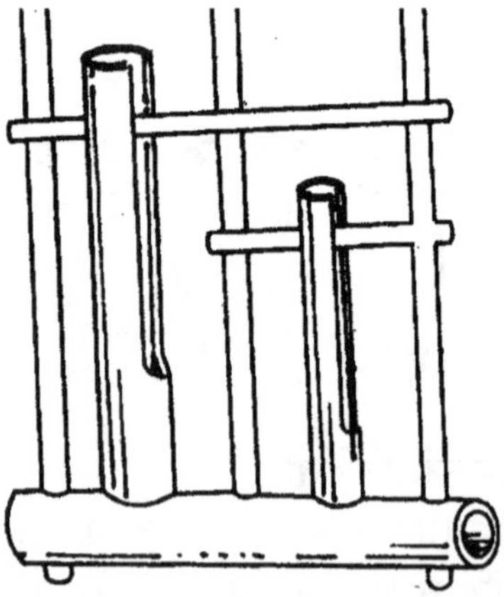

आन्गक्लुना वाद्याची चौकट

- **ऊर्जा + संगीत**

थायलंडमध्ये पवनचक्कीला प्रत्येक पात्याला एक-दोन भोके पाडलेला बांबू तुकडा आडवा बसवला जातो. पवनचक्की फिरू लागल्यावर आसमंतात मंजूळ स्वर निर्माण होतात.

■■

प्रयोग वीरांसाठी...

- कोरियामध्ये बासरीवर ॲसेटिक आम्लाची प्रक्रिया केल्यामुळे ध्वनीमध्ये फरक पडला.
- शाकुहाची या पाव्यासारख्या जपानी वाद्याच्या आतल्या भागाला इपॉक्सी मिश्रणाचा लेप लावला. त्यामुळे त्याला आरशासारखी चकाकी आली व ध्वनिनिर्मितीमध्ये अपेक्षित परिणाम साधला गेला.
- बासरीतील स्वरांची भोके सरळ रेषेत असतात, त्यामुळे बोटे दुखतात. नवशिक्या वादकांना सोपे पडावे, म्हणून ही भोके थोडी तिरकी ठेवण्याचा प्रयोग झाला आहे.
- बांबूच्या ध्वनिनिर्मितीच्या गुणधर्मांचे अध्ययन करणे व बांबूपासून नवी वाद्यनिर्मिती करणे यासंबंधी आयआयटी, पवईच्या इंडस्ट्रिअल डिझाईन सेंटर (IDC) इथे प्रयोग चालू आहेत.

शस्त्रे

बांबूने माणसाचे जगणे समृद्ध, सुखी करण्यामध्ये जेवढा हातभार लावला आहे, त्याहून कमी प्रमाणात का होईना युद्ध, हिंसेमध्येही लावला आहे हे नमूद केले पाहिजे.

दगडधोंडे, हाडे, झाडाच्या फांद्या ही आदिमानवाची हत्यारे होती. अणकुचीदार टोकाचे बांबूही तो वापरत असणार. धातुशास्त्रात प्रगती झाल्यावर तलवार, परशू अशा शास्त्रांचा शोध लागला; पण बांबूचा लवचीक, कणखर तरीही हलकेपणा या गुणांमुळे भाल्याचा व धनुष्यबाणाचा शोध लागला. त्यामुळे युद्धाचे स्वरूपच बदलले. कारण, दूर अंतरावरच्या शत्रूला घायाळ करणे वा मारणे त्यामुळेच शक्य झाले. म्हणून महाभारतात भीमापेक्षा अर्जुनाला श्रेष्ठ योद्धा मानले गेले. (महाभारत काळात फांद्या, बांबूच्या तुकड्यांना तीक्ष्ण टोक काढून बाण बनवले जात असावेत. धातूची अग्रे असणारे बाण अगदी निवडक क्षणी वापरले जात असावेत, असा अभ्यासकांचा अंदाज आहे. कारण त्या काळात कोणतेच धातू मोठ्या प्रमाणात उपलब्ध नव्हते.)

जपानमधील धनुर्विद्येचा उल्लेख पूर्वी आलाच आहे. तशाच प्रकारच्या जपानी तलवारबाजी (Kendo)मध्ये बांबूची तलवार वापरली जात असे. त्याला 'शिनाई' असे म्हणत.

स्फोटकांचा शोध चीनमध्ये लावला गेला असे मानले जाते. तिथे फार पूर्वीपासून करमणूक, भुते घालवणे व शत्रूला घाबरवण्यासाठी फटाक्यांचा उपयोग केला जाई. बाणाच्या टोकाला असे पदार्थ लावून त्याचा मारण्यासाठी वापर

तेराव्या शतकापासून सुरू झाला; तसेच भाल्याच्या टोकाला स्फोटक पदार्थ लावणे किंवा बांबूच्या पोकळ नळकांड्यात स्फोटक पदार्थ भरून शत्रूवर फेकणे अशा विविध प्रकारे त्याचा वापर केला गेला. (आजच्या रॉकेटचा जन्म यातूनच झाला असे म्हणता येते.)

पतंगाकडे आपण एक क्रीडा, करमणूक म्हणून बघतो. पण चिनी सरदारांनी त्याला लढाईसाठीही वापरले. विशिष्ट आकाराचे, रंगांचे पतंग संदेश देण्यासाठी वापरले जायचे; तर मोठ्या पतंगावर माणसे बसवून शत्रुसैन्याची टेहाळणी केली जायची. भारतातही हे अस्त्र चौदाव्या शतकात वापरले जात होते, असे उल्लेख आहेत. भारतातील विविध आदिवासी जमातींनी ब्रिटिश सत्तेविरुद्ध उठाव केले, त्यांचे प्रमुख शस्त्र तीरकमठाच होते. बंदुकीच्या शोधामुळे बांबूचे युद्धातील महत्त्व अर्थातच संपले.

आधुनिक काळातही गनिमीयुद्धात बांबूचा प्रभावी वापर केला तो व्हिएतनामी सैन्याने. तिथे १९७२ मध्ये महाबलाढ्य अमेरिकेला हार मानावी लागली. यातील खारीचा वाटा उचलला तो बांबूने. पोकळ नळकांड्यांमध्ये स्फोटके भरून तो हातबाँबसारखा वापरला गेला. तसेच बांबू बेटातील काहींच्या शेंड्यांना स्फोटके बांधून ती रस्त्यावर वाकवून ठेवली जात.

आजही ग्रामीण भागात शिकारीसाठी भाला, तीरकमठा वापरला जातो; पण आपली बांबूची शस्त्र म्हणून ओळख टिकली आहे, ती भालाफेक, धनुर्विद्या यांच्या स्पर्धांमध्ये व संग्रहालयांमध्ये बघण्यापुरती!

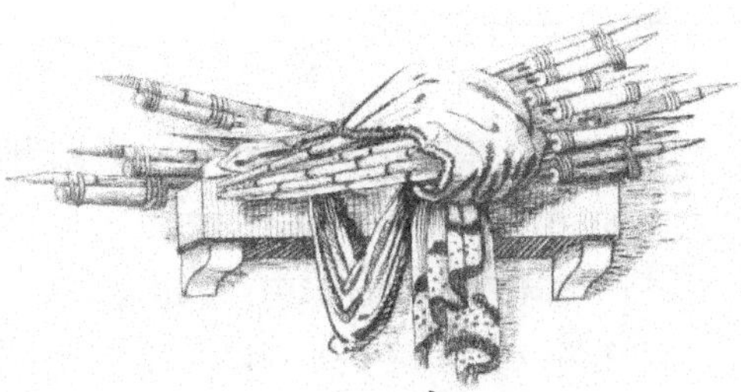

अठरावे शतक

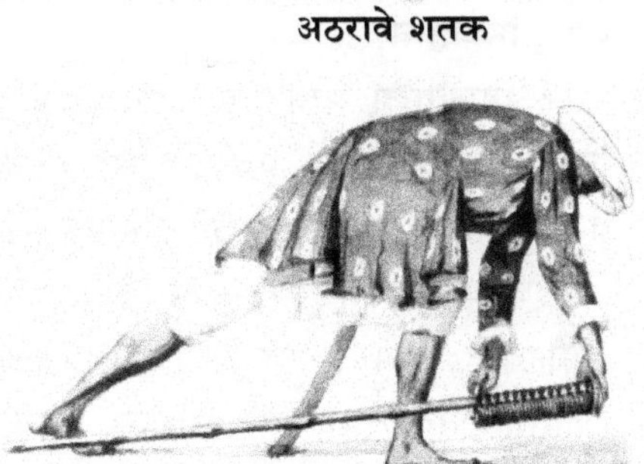

भारतात रॉकेटचा वापर - तेरावे शतक

■■

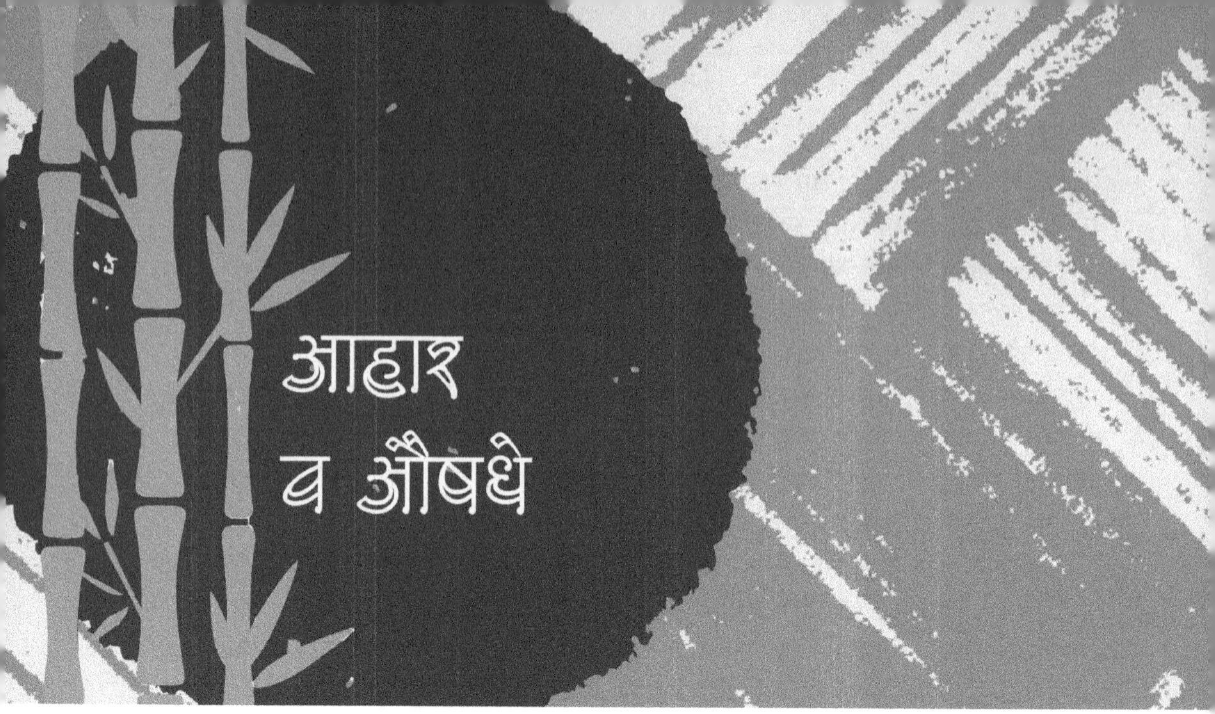

आहार व औषधे

बांबूचे कोवळे कोंब हे अनेक ठिकाणी अपूर्वाईचे खाणे समजले जाते. किनारपट्टीचा प्रदेश, आदिवासी भाग तसेच आसाम इत्यादी नैर्ऋत्येकडील राज्यांत त्याचा भरपूर वापर केला जातो. ठाणे जिल्ह्यामध्ये यांना 'वास्ते' असे म्हटले जाते. चीन, थायलंड, तैवान या देशात ताज्या व हवाबंद कोंबांचा कोट्यवधी डॉलर्सचा व्यवसाय आहे. त्यासाठीच्या विशिष्ट जातींची लागवड केली जाते. अनेक चायनीज पाककृतींमध्ये तो वापरला जातो.

कोंबामध्ये कॅल्शिअम, लोह, प्रथिने व जीवनसत्त्व क आणि ब असतात. त्यामुळे तो पौष्टिकही आहे. भारतातील १८ जातींचे बांबू कोंब खाण्यासाठी वापरता येतात.

आपल्याला मात्र हा पदार्थ पुरेसा ठाऊक नाही. महाराष्ट्रात बऱ्याच भागात निसर्गतःच कळक व पिवळा (वैष्णव) बांबू उपलब्ध आहे. त्यामुळे एक खाद्यपदार्थ व लघुउद्योग या दोन्ही दृष्टीने त्याचा परिचय करून देत आहे.

कोंब म्हणजे कंदापासून निघालेला कोवळा बांबू. पावसाळी हंगामात ते झपाट्याने जमिनीतून वर येतात. खोलवर असलेल्या कंदापासून निघालेला कोंब शक्यतो निवडतात. तो साधारण सव्वा ते दीड फूट लांबीचा असतो. त्याची कोवळी पेरे आवरण पर्णांनी झाकलेली असल्यामुळे तो सुरक्षित असतो.

असे कोंब कापून जमिनीबाहेर काढतात. हा कोंब पांढरा, घट्ट, कोवळा असा असावा. त्याची बाहेरची आवरणे काढून टाकतात. आवरण न काढता कोंब कोरड्या जागी ठेवले तर आठवडाभर टिकतात. कोंबातील साधारण २५ ते ३०

टक्के भाग खाता येतो. आपल्याकडील कळकाचे कोंब किंचित उग्र, तुरट चवीचे असतात. त्याचे बारीक तुकडे करून वेगवेगळ्या प्रकारे वापरता येतात. काही ठिकाणी त्यावरील राप जाण्यासाठी रात्रभर ते ताकामध्ये ठेवले जातात. ईशान्य भारतातील काही राज्यांमध्ये सरकारी संस्थांच्या सहकार्याने डबाबंद कोंबांचा व्यवसाय सुरू झाला आहे. कोंबापासून बनणारी काही मादक द्रव्येसुद्धा आता बाटलीमध्ये उपलब्ध आहेत.

साठवलेले कोंब वर्षभर वापरता येतात. त्यासाठी त्याला हळद, मीठ लावून ठेवतात. उसळी, सुकी मासळी, रस्सा, भात यांमध्ये ते वापरता येतात.

ठाणे जिल्ह्यातील आदिवासी बांबूच्या इतर जातींचेही कोंब खाण्यासाठी वापरतात. ते फक्त मीठ लावून मोठ्या मडक्यांमध्ये भरून ठेवतात. हळद न वापरल्याने त्याचा रंग काळा पडतो.

काही जातींच्या कोंबांमध्ये हायड्रोसॅनिक आम्ल हा विषारी पदार्थ अल्प प्रमाणात असतो. कोंबाच्या अग्रभागामध्ये तो जास्त प्रमाणात असतो. तो नष्ट होण्यासाठी कोंब तीन-चार वेळा मीठाच्या पाण्याने धुवून घेतात किंवा शिजवताना वारंवार पाणी बदलतात.

बांबू कोंबाची चटणी, कँडी वा लोणचेही केले जाते. काही ठिकाणी शिजवलेले कोंब लोण्याबरोबर खातात.

साठवणूक

आग्नेय आशियात कोंबांची साठवणूक वा प्रक्रिया हा फार मोठा व्यवसाय आहे. थायलंडमध्ये दोन दशलक्ष हेक्टर क्षेत्रांत कोंबासाठी लागवड केली जाते. त्यांचे वार्षिक उत्पादन ७० हजार टन एवढे आहे. ड्रेंडो, ॲस्पर या जातीच्या कोंबांना भरपूर मागणी आहे.

ही बांबूची जात भारतातही आढळते; पण आपल्या येथे अजून त्याला व्यवसायाचे रूप आलेले नाही. ईशान्य भारतातील 'मुली बांबू' या जातीचे कोंब चविष्ट समजले जातात. त्यावर आधारित प्रक्रिया केलेले हवाबंद डबे असे उद्योग सुरू झाले आहेत.

प्रक्रिया

पुढील प्रकारे बांबू कोंब साठवले जातात : (१) गोठवणे (२) हवाबंद करणे (canning) (३) कोंबातील पाणी काढून टाकणे (४) ॲसेटिक आम्लात ठेवणे.

डबाबंद कोंब ताजे व चविष्ट राहण्यासाठी त्यातील पाण्याचे प्रमाण टिकवणे ही कळीची गोष्ट आहे. ९०% पाण्याचे प्रमाण आदर्श समजले जाते. हे प्रमाण उष्णता, आर्द्रता व कोंबातील अंतर्स्राव यावर अवलंबून असते. परंतु कोंबाची श्वसनक्रिया चालू असल्यामुळे डब्यातील उष्णता वाढते. त्यातील सॅकरीनचे विघटन होते, जीवाणू व बुरशींची वाढ होते. याविषयी पुढील संशोधन चालू आहे.

बियांपासून लाह्या

बांबू बियांचा खाद्यात वापर करण्याची पद्धत बरीच पुरातन आहे. आदिवासी लोक बियांचा भात करतात किंवा बिया दळून पीठाच्या भाकरी करतात; तर काही वनवासी या बियांपासून मद्य तयार करतात. फुलोरा येण्याच्या हंगामात काटेरी कळक, मानवेल ऊर्फ नर बांबू व सेफॅलोस्टॅकियम परग्रॅसील या बांबू जातींचे बी मोठ्या संख्येने उपलब्ध होते. या बियांचा सुप्तावस्था काळ फारच अल्प असल्यामुळे महिनाभरानंतर या बिया रोपे निर्मितीसाठी उपयोगी नसतात. म्हणून त्यांचा खाद्यासाठी वापर करणे इष्ट आहे.

बियांचे पृथक्करण : क्रूड प्रथिने - १२.०, इथर शोषक - ०.९, राख - १.१, तंतू - २.६, पिष्टमय पदार्थ - ७३.४, चुना - २५.० मिग्रॅ, स्फुरद - २१८.० मिग्रॅ, लोह - ९.२ मिग्रॅ, जीवनसत्त्व बी - ०.१ मिग्रॅ, निकोटेनिक आम्ल - २.०३ मिग्रॅ, रिबोफ्लॅवीन ३६.३ मिग्रॅ, कॅरोटिन - १२.० मिग्रॅ सर्व ॲमिनो आम्ले

बांबू बियांची कॅलोरिफिक् मूल्ये प्रत्येक औंसामागे ९८.० कॅलरीज आहे; तर जीवशास्त्र मूल्य ७४.४ आहे. थोडक्यात, तांदूळ व गव्हापेक्षा बांबू बियांचे पोषणमूल्य जास्त आहे.

भात, मका यांच्याप्रमाणेच मानवेल अथवा मेस जातीच्या बांबू बियांच्या लाह्यासुद्धा करता येतात. भारतात सर्वत्र मेस बांबूची बेटे आहेत. दरवर्षी कोणत्या ना कोणत्या भागातील बांबू बेट फुलोऱ्यास येतात. त्यामुळे बिया मोठ्या संख्येने उपलब्ध होतात. त्या बियांपासून लाह्या करण्याचे शिक्षण वनवासींना दिल्यास बिया संकलनासाठी ते प्रयत्न करतील. वर्षभर त्यांना हे पोषक अन्न मिळू शकेल.

शेतकरी मित्रांसाठी

आपल्या शेतात, घरापाशी कळक वा पिवळ्या बांबूची बेटे असतील, तर कोंबांचे पदार्थ बनवून बघा. तसेही या दोन जातींच्या बांबूला व्यापारी मागणी फार नाही. जुनी, मोठी बेटे असतील, तर भाजीपाल्याप्रमाणे कोंब-विक्रीचा व्यवसाय करता येईल. पाणीपुरवठा असेल, तर फेब्रुवारी-मार्चपर्यंत कोंब येत राहतात, असा संदर्भ मिळाला आहे. खाण्यायोग्य जातीचा आहे की नाही याची माहितगार माणसाकडे चौकशी करा. हा चविष्ट व पौष्टिक पदार्थ आहे. त्याचे अनेक प्रकार करता येतात.

कोंब जास्त फुटावेत यासाठी बेटातील जुने बांबू काढून टाकावेत. मातीत, काळोखात वाढणारा भाग जास्त चविष्ट असतो असा चीन देशात समज आहे. त्यासाठी वाढत्या कोंबावर काळे कापड/प्लास्टिक घालतात किंवा त्यावर टोपले ठेवतात.

योग्य वेळी कोंब काढले, तर बेटात आणखी कोंब उगवतात. शिवाय कोंब वाढल्यामुळे बांबूचे उत्पादन कमी होणार नाही; उलट बेटात आत उगवलेले कोंब काढले, तर बाकी बांबूही सरळ वाढतील.

औषधनिर्मिती - एक लघुउद्योग

बांबूसा टुल्डा व डेंड्रोकलॅमस जायगँटियस या जातीच्या रसाळ बांबूचे कोंब आंबवल्यानंतर मिळणाऱ्या द्रव्यात वनस्पतिजन्य फायटोस्टेरोल्सचे प्रमाण बरेच असते. आंबवलेल्या दाट व शुष्क द्रव्यात हे प्रमाण अनुक्रमे १.६ ते २.८ टक्के असते. त्यापासून स्टेरॉइड रसायनांची निर्मिती करता येईल.

कोवळ्या बांबूच्या पृष्ठभागावर- सालीवर जमणाऱ्या भस्मापासून फिमेल सेक्स हार्मोनसारखे रसायन मिळते. हे भस्म संकलित करण्याचे तंत्र निर्माण करून हा उद्योग उभारता येईल.

काटेरी कळक, वैष्णव व बेस या जातींच्या पेरगाठीच्या कप्प्यात सिलिसिक आम्लाचे कण साठतात. त्यांचा रंग निळसर पांढरा असतो. हे खडे काहीसे पारदर्शक असतात. त्या खड्यांना 'वंशलोचन' किंवा 'तबत्शीर' म्हणतात. वंशलोचनात ९६ टक्के सिलिसिक ऑक्साईड व इतर रसायने असतात. वंशलोचनाचा उपयोग दमा, कफ, विषबाधा इत्यादी व्याधींवर करतात. याचे संकलन तंत्र विकसित केले तर अनेक लघुउद्योग स्थापन करता येतील.

पाळीव प्राण्यांसाठी खाद्यनिर्मिती

सर्व जनावरे बांबूच्या अनेक जातींची पाने आवडीने खातात. बांबू कोंब प्रक्रिया उद्योग मोठ्या प्रमाणात उभे राहिले, तर त्यातील टाकाऊ पदार्थांचा उपयोग पशुखाद्यासाठी करता येईल. त्याचप्रमाणे कोवळा बांबू वाफवून त्याचासुद्धा पशुखाद्यात वापर करता येईल. ठिकठिकाणी असे लघुउद्योग सुरू करता येईल.

बांबूपासून मद्यनिर्मिती

आफ्रिकेतील टांझानिया या राष्ट्रातील ग्रामीण भागात बांबूपासून मद्यनिर्मिती हा लघुउद्योग प्रगतिपथावर आहे. मद्यनिर्मितीसाठी ऑक्सटेनानथेरा ब्रायुनी या बांबू जातीची लागवड केली जाते. या जातीच्या एका बेटात सुमारे २५ ते ५० बांबू असतात. बांबूची उंची तीन-चार मीटर असते. नवीन लागवड कंदापासून करतात. एक कुटुंब दिवसाकाठी सुमारे ६०-७० कोंबांपासून मद्य काढते. प्रत्येक कोंबापासून अदमासे एक ते दोन लीटर मद्य रोज मिळते. मद्य मिळवण्याचे तंत्र पुढीलप्रमाणे आहे :

६० सेंमी वाढलेल्या कोंबाचा टोकापासून ६ सेंमी अंतरावर वरून काप घेतात. उरलेल्या कोंबापासून स्रवणारा द्रव गोळा करतात. दर दिवशी उरलेल्या कोंबाच्या शेंड्याचा परत चार-पाच सेंमी काप घेतात. असे आठवडाभर करतात. गोळा केलेला द्रव स्त्रिया लगोलग प्राशन करतात, तर पुरुष मात्र १२ तासांनंतर हे द्रव पितात. दरम्यानच्या काळात या द्रवाचे मद्यात रूपांतर झालेले असते.

चीनमध्ये बांबू पानांपासून बीयर निर्मितीचा लघुउद्योग तेजीत चालू आहे. ही प्राशन केल्याने रक्तातील लिपीडचे प्रमाण कमी होते असे निदर्शनास आले आहे. त्यामुळे बांबू

बीयरला मागणी आहे.

बांबू पानांपासून कार्बोनेटेड पेय निर्मिती हा लघुउद्योग तिथे वाढत आहे. हे पेय निर्माण करण्यासाठी पाइन वृक्षाची पाने व फारजेशिया स्पॅथासिआ या बांबू जातीच्या पानांचा वापर केला जातो. या पेयात ॲमिनो ॲसिड आणि 'क' व 'इ' जीवनसत्त्वे तसेच अन्य पोषकद्रव्ये असतात. त्यामुळे हे पेय बरेच लोकप्रिय आहे.

बांबूवर वाढणाऱ्या खाद्योपयोगी बुरशीची (डिक्टीओफोरा फंगस) पैदास

बांबू फंगस किंवा बांबू मशरूम ही बुरशी कुजणाऱ्या बांबूवर चांगल्या प्रकारे वाढते. या बुरशीला चिनी लोक 'प्रिन्सेस फंगस' म्हणून ओळखतात व तिचा खाद्यात उपयोग करतात. या बुरशीत २१ ॲमिनो आम्ले असतात. त्यापैकी आठ आम्ले माणसांसाठी उपयुक्त आहेत. तसेच त्यात जीवनसत्त्वेसुद्धा बऱ्याच प्रमाणात असतात. पूर्वी जंगलातील कुजणाऱ्या बांबूवर वाढणारी ही बुरशी गोळा करून तिची खाण्यासाठी विक्री केली जात असे. आज बंदिस्त ठिकाणी ही बुरशी वाढवण्याचे तंत्र विकसित झाले आहे. या तंत्रानुसार 'बांबू मशरूम पैदास' हा लघुउद्योग सुरू करता येईल.

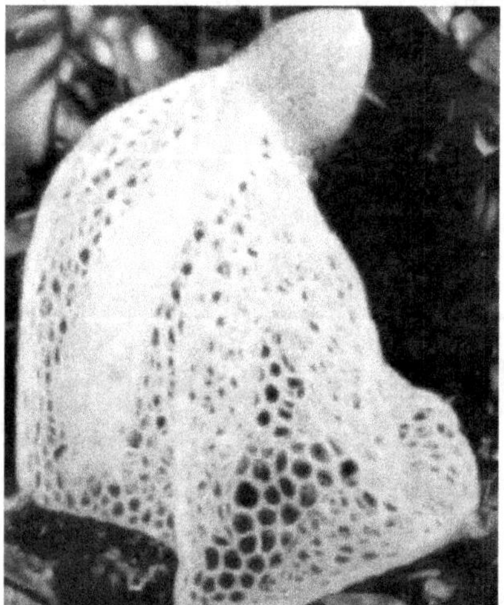

प्रिन्सेस फंगस

■■

विभाग ३:

जागतिक

बांबूची तटबंदी व आडोसे, दक्षिण अमेरिका

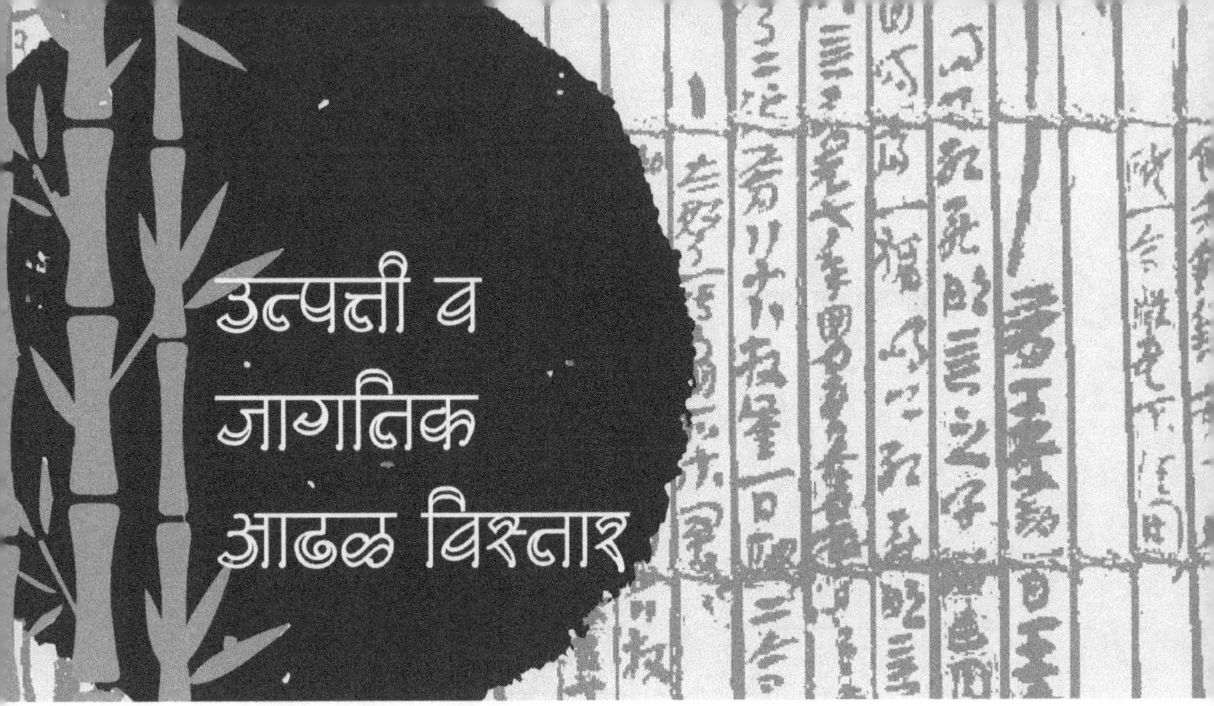

उत्पत्ती व जागतिक आढळ विस्तार

हल्ली कोणताही प्राणी वा वनस्पती यांच्या संदर्भात निसर्ग व पर्यावरण अभ्यासकांचा पहिला प्रश्न असतो, तो म्हणजे त्याची/तिची उगम/उत्पत्ती कुठे झाली व त्यांचा नैसर्गिक परिसर कोणता?

फार पूर्वीपासून माणसाने वेगवेगळ्या वनस्पती/प्राणी जगभरात नेले. तिथे त्यांच्यापासून नवीन जाती तयार केल्या, वाढवल्या. पण गेल्या ३०-४० वर्षांत पर्यावरणविषयक सजगता वाढली आहे. नैसर्गिक घटकांचे आपापसातील सूक्ष्म संबंध मानवाच्या ध्यानात येऊ लागले आहेत. अनावश्यक/चुकीच्या कृतींचे केवढे परिणाम भोगायला लागतात ते त्याला उमजत आहेत. जलपर्णी व गाजर गवत ही त्याची आपल्या येथील ठळक उदाहरणे आहेत.

त्यामुळेच हल्ली असे प्रयोग करताना, प्रकल्पाचे नियोजन करताना तो पर्यावरणस्नेही (ecofriendly) आहे का, स्थानिक निसर्गाशी पूरक, अनुकूल आहे का, याचा सखोल अभ्यास केला जातो. या दृष्टीने बांबूचा उगम, त्याची उत्क्रांती व त्याचा नैसर्गिक विस्तार आपण समजून घेऊ.

फार पूर्वी, काही कोटी वर्षांपूर्वी पृथ्वीवर आजच्यासारखे वेगवेगळे खंड नव्हते. पृथ्वीवरील भूभाग सलग होता. त्यावर गवतवर्गातील काही वनस्पती होत्या (दिसताना गवत जरी साधे, वाटले तरी ती अतिशय कार्यक्षम वनस्पती आहे). नंतर प्रदीर्घ कालावधीनंतर पृथ्वीला आजचे रूप प्राप्त झाले. त्या मूळच्या गवतापासून उत्क्रांत होत आजच्या बांबूचा उगम आफ्रिका खंडात झाला. त्याचा सबळ पुरावा मिळाला आहे. तेथून वारा, पशुपक्षी, माणूस व कीटक यांच्याद्वारे

ती जगभर पोहोचली. त्या-त्या ठिकाणच्या नैसर्गिक परिस्थितीमुळे तिच्या वेगवेगळ्या जाती विकसित झाल्या.

जगाचा बांबूविषयक नकाशा

भूभाग	प्रजाती	जाती	
आशिया उष्ण / उपउष्ण कटिबंध	२४	२७०	बांबूसा जातीच्या अधिक
समशीतोष्ण	२०	३२०	सासा जातीच्या अधिक
आफ्रिका खंड	३	३	
मादागास्कर बेटे	६	२०	
ऑस्ट्रेलिया खंड	२	३	
प्रशांत महासागरातील बेटे	२	४	
अमेरिका उष्ण कटिबंध	२०	४१०	च्युसुकुआ प्रजातीचा अफाट विस्तार
	७७	१०३०	

बांबूच्या जाती-प्रजातींचा नैसर्गिक आढळ वरील तक्त्यात दिलेला आहे. काही जातींचे वर्गीकरण अद्याप झालेले नाही. तसेच पृथ्वीवरील बाकी भूभागात बांबू नैसर्गिकरीत्या आढळत नाही. या तक्त्यावर नजर टाकल्यास काही गोष्टी सहज लक्षात येतात.

- सर्वात जास्त विविधता पूर्व, दक्षिण, आग्नेय आशिया व दक्षिण अमेरिकेत आढळते.
- दक्षिण-मध्य अमेरिकेतील बांबू सर्वेक्षण अद्याप पूर्ण झालेले नाही. दक्षिण अमेरिकेत समुद्रसपाटीपासून अँडीज पर्वतरांगांवरील अति उंच पठारांपर्यंत सर्व ठिकाणी बांबू आढळतो. तेथील हवामान आर्द्र ते कोरडे अशा सर्व प्रकारचे आहे. त्यापैकी बहुतेक

जाती गवतसदृश्य काष्ठमय आहेत.

- उत्तर अमेरिकेतील (अमेरिका देश) काही भागात नैसर्गिक परिस्थिती दक्षिण अमेरिकेप्रमाणे असली तरी बांबू निसर्गतः आढळून येत नाही. तिथे व युरोपमध्ये प्राचीन काळी बांबू निसर्गात होता. त्याचे जीवाश्माचे नमुने मिळाले आहेत. परंतु हिमयुगामध्ये तो नामशेष झाला.
- आफ्रिका, ऑस्ट्रेलिया येथे प्रचंड भौगोलिक, नैसर्गिक विविधता आहे. हे खंड उष्ण/समशीतोष्ण कटिबंधात येतात. ते खंड विशाल आहेत. तरीही तिथे बांबू तुरळकच आढळतो. (ऑस्ट्रेलियात काही भागात बांबूची लागवड सुरू झाली आहे.) पण मादागास्कर ही काही बेटे असूनसुद्धा तिथे बांबू जाती-प्रजातींची विविधता आढळते.

बांबूचे भाईबंद

- **लव्हाळे** (Reed) : हा बांबूचाच प्रकार आहे. ते पाण्याजवळ जास्त आढळतात. केरळमध्ये याच्या बऱ्याच जाती आहेत व तिथे त्यावर संशोधनही चालू आहे.
- **वेत** (Cane/Rattan) : शास्त्रीयदृष्ट्या या दोन पूर्ण वेगळ्या वनस्पती आहेत. वेत हे ताडवर्गीय (पाम फॅमिली) आहे.

  वेत फक्त सदाहरित वनांमध्येच आढळतो. महाराष्ट्रात तळकोकण, केरळ, कर्नाटक, गोवा राज्यांची किनारपट्टी व पश्चिम बंगाल, ओरिसा, नैर्ऋत्य भारतात नद्यांच्या काठी तो चांगला येतो.

  वेताचा वेल झाडांच्या आधारे वाढत राहतो. उंच वृक्षांच्या शेंड्यांवरून दुसऱ्या झाडावर असे ५००-६०० फूट उंच वेत आढळले आहेत. त्याचे शेंडे पुढे वाढतात व मागचा भाग खाली ओघळतो.

  वेताचे खोड ३-४ सेंमी रुंद व भरीव असते. फुले बारीक असतात. मादी०फुलांचे प्रमाण कमी असते. बिया छोट्या, काळ्या रंगाच्या असतात. लागवड बियांपासूनच करता येते. त्याच्या वाढण्याच्या पद्धतीमुळे वेताची शेती/लागवड करता येत नाही. त्यामुळे वेत बांबूपेक्षा महाग असतात. परंतु अनेक गुणधर्मांमुळे वेताचे काम सहज होते. ते फर्निचर बांबूपेक्षा स्वस्त असते.
- **लकी बांबू :** चिनी वास्तुशास्त्रामुळे (फेंग शुई) हा सध्या खूप प्रसिद्ध झाला आहे. पण ही पूर्णतः वेगळी वनस्पती आहे.

■■

जपान

दुसऱ्या महायुद्धातील पराभव व दोन अणुबाँबचे स्फोट अशा महाभयंकर आपत्तीतून पुन्हा मानाचे स्थान पटकावणाऱ्या जपानसारख्या छोट्याशा देशाबद्दल आपल्या सर्वांनाच कुतूहल असते, हे यश संपादन करण्यामागे जपानी लोकांची कार्यसंस्कृती, त्यांची शिस्त, कोणतीही गोष्ट अचूक, अत्युत्कृष्ट बनवण्याचा ध्यास या गोष्टी आहेत हेही आपल्याला ठाऊक असते. जपानी संस्कृतीतील बांबूच्या वापरामधून या सर्व गोष्टी प्रकर्षाने दिसून येतात, म्हणून त्याचा सविस्तर आढावा घेतला आहे.

बांबूविषयक संशोधनामध्ये जपान व चीन या दोन देशांचे योगदान अतिशय महत्त्वाचे आहे. जपानमध्ये बांबूला (जपानी भाषेत टाके) महत्त्व प्राप्त होणे साहजिकच होते. एक तर चार बेटांनी मिळून बनलेला हा छोटासा देश. त्यातलाही बराचसा भाग डोंगराळ, खनिजसंपत्ती, शेतीयोग्य जमीनही फारशी नाही. वृक्षांचे प्रकार ठरावीक; पण बांबूच्या मात्र चारशेहून अधिक जाती निसर्गाने जपानला बहाल केल्या आहेत. त्याचे जपानने सोने केले.

अगदी साध्या रोजच्या उपयोगाच्या वस्तूही सुंदर, सुबक बनवणे हा जपानी संस्कृतीचा अंगभूत गुण आहे. (त्यांच्या कागदाच्या घड्यांपासून वस्तू बनवणे-ओरिगामी व पुष्परचना-इकेबाना या कला आज जगभर प्रसिद्ध आहेत.) त्यामुळेच लवचीक तरीही कणखर; भरपूर उपलब्ध, काम करायला तुलनेने सोपा व देखणा अशा गुणांच्या बांबूचा त्यांनी मोठ्या प्रमाणात, विविध प्रकारे वापर केला नसता तरच नवल होते.

यातूनच बांबू-वस्तुनिर्मितीचे जपानी तंत्रज्ञान तयार झाले. विविध प्रकारच्या

वस्तू सुबक, एकसारख्या व मोठ्या प्रमाणावर बनवणे ही जपानी कारागिरांची खासियत ठरली; याचे कारण म्हणजे अशी निर्मिती करण्यासाठी ज्या कृती कराव्या लागत त्यासाठीची अवजारे, हत्यारे जपानी तंत्रज्ञांनी फार पूर्वी निर्माण केली होती. (उदाहरणार्थ, बांबूचे समान भाग करणे, त्या पट्ट्या सारख्या रुंदीच्या करणे, कामटीला गोलाकार देणे इत्यादी) घरगुती वापरासाठी व घरबांधणीमध्ये बांबू वापरून अनेक वस्तू बनवल्या जाऊ लागल्या. जपानी/चिनी महिलेच्या हातातील पंखा, चटया, घरामधील दुभाजके (partitions) या सुंदर गोष्टी आपल्याही माहितीच्या आहेत.

परंतु जपान व बांबूचे नाते फक्त भौतिक वापरापुरते नव्हते. 'झेन' हा शब्द आपल्याला ठाऊक असेल. झेन म्हणजे ध्यान. रोजच्या जगण्यासाठी ज्या गोष्टी कराव्या लागतात, त्या सुंदर बनवणे, त्याचे शास्त्र बनवणे, त्यातूनच साधना करणे हा 'झेन'मधील एक मार्ग समजला जातो. त्यातील धनुर्विद्या (archery), सुलेखन (calligraphy) व पतंगनिर्मिती हे तीन प्रकार थेट बांबूशीच संबंधित आहेत.

अशा या जपानमधील बांबूच्या काही वैशिष्ट्यपूर्ण जाती म्हणजे (१) खालची काही पेरे कासवाच्या पाठीसारखा असणारा - कासवपाठी (२) जगातील सर्वात ठेंगणा - आरोशिमाचिकू (३) पेरगाठींना चार कोपरे असल्यामुळे चौकोनी बांबू म्हणून ओळखला जाणारा शिहोचिकू आणि (४) मोसो बांबू : जपानमध्ये चारशेहून अधिक जाती असल्या तरी हा मोसो बांबू मूळचा जपानी नाही. १७४६ मध्ये ही जात चीनमधून आयात करण्यात आली; पण आज जपानच्या बांबू विस्तारापैकी ८०% हून अधिक क्षेत्र मोसो बांबूचे आहे.

सासा : ही फक्त जपानमध्ये आढळणारी बांबूसदृश्य प्रजाती आहे. ती व बांबू यामध्ये फारसा फरक नाही. पण वनस्पतिशास्त्राप्रमाणे ती वेगळी वनस्पती समजली जाते. सासाच्या अनेक प्रजाती आहेत. तीव्र थंडीतसुद्धा वाढ होत असल्यामुळे त्याचे दर हेक्टरी उत्पन्न ४५ मे. टनापर्यंत मिळू शकते. या जातीचे लाकूड वृक्षांएवढे कठीण असते. हिचा वापर पुठ्ठा व बोर्ड यांच्या निर्मितीसाठी केला जातो.

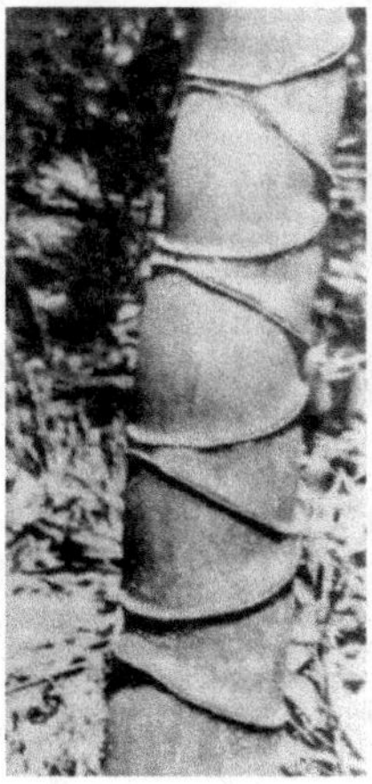
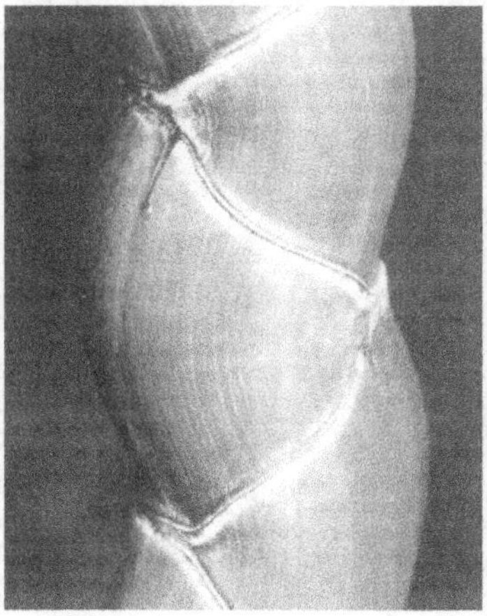

बांबूसंबंधी संशोधन

पाश्चात्त्य देशांशी जपानचा संबंध तुलनेने उशिरा आला. पण ते घडल्यावर मात्र तिथे वेगाने बांबूविषयक संशोधन सुरू झाले. १९०० मध्ये जपानमधील बांबू जातींचे सर्वेक्षण केले गेले.

त्या काळात जपानमध्ये घरबांधणीसाठी लाकडाची गरज वाढत होती. तिथे घरे व इतर बांधकामामध्ये बांबूचा वापर करण्याची जुनी परंपरा होती. (वारंवार भूकंप होत असल्यामुळे हलक्या तरीही मजबूत वस्तू आवश्यक असतात. बांबू त्या दृष्टीने आदर्श आहे.) या काळात आधुनिक पद्धतींनी बांबूविषयक संशोधन सुरू झाले.

विशेषत: फायलोस्टॅचीस या बांबू जातीचा विशेष अभ्यास करण्यात आला. बांबूची आंतरबाह्य रचना उलगडण्यात आली. त्यामुळे बांबूचे भौतिक, अभियांत्रिकी, रासायनिक गुणधर्म ठाऊक झाले. बांबू दीर्घकाळ टिकावा, तसेच त्यांची कीड-रोगप्रतिकारक शक्ती वाढावी यासाठीचे अनेक रासायनिक उपाय शोधले गेले.

यामुळे बांबूचा वापर वाढला. आहारासाठी बांबू कोंबांची मागणीही वाढली. त्यामुळे बांबू लागवडीच्या क्षेत्रात वाढ झाली. बांबू प्रक्रिया उद्योगाचाही जन्म झाला.

मग दुसरे महायुद्ध सुरू झाले. इंधनासाठी जपान पूर्णपणे आयातीवर अवलंबून आहे. त्यामुळे तिथे खनिज तेलाची तीव्र टंचाई निर्माण झाली. बांबू ही एकमेव वनस्पती जपानमध्ये विपुल प्रमाणात होती. तिच्यापासून पेट्रोल बनवण्यासाठी संशोधन सुरू झाले. युद्ध अचानक संपल्यामुळे हे संशोधन पूर्ण झाले नाही. पण त्यातूनच बांबूपासून कोळसा बनवण्याचे तंत्रज्ञान विकसित झाले. *(त्याची माहिती स्वतंत्र प्रकरणात दिली आहे.)* या कोळशापासून बॅटरीतील कार्बन रॉड व ॲक्टिवेटेड कार्बनची निर्मिती सुरू झाली.

अमेरिकेने १९४५ मध्ये अणुबाँब टाकल्यामुळे जपानची केवढी हानी झाली हे आपल्याला ठाऊक आहे. त्या वेळी हिरोशिमा व नागासकी येथील सर्व बांबूही (अर्थात) जळून खाक झाले. पण आश्चर्य म्हणजे काही काळाने त्यांना नवीन धुमारे फुटले! त्यांची जमिनीखालील रांगती मुळे जिवंत राहिली होती, हे त्यामागचे कारण. बांबूमध्ये दैवी शक्ती आहे असा जपानी जनतेचा जुना समज होता. तो या घटनेमुळे आणखी दृढ झाला.

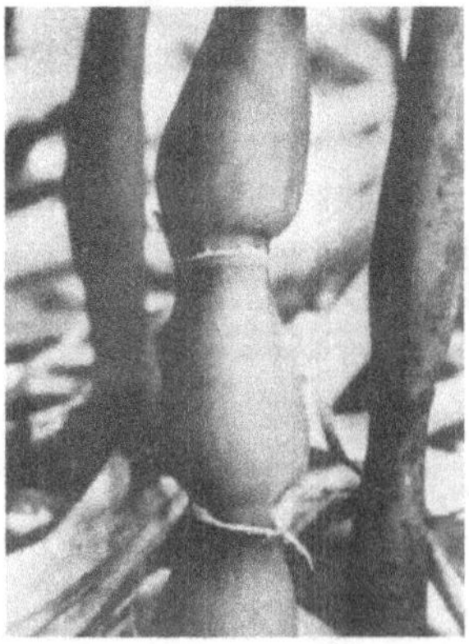

महायुद्धांनंतर जपानने औद्योगिकरणाचा मार्ग निवडला. शहरीकरणामुळे बांबूची गरज वाढली. कमी क्षेत्रात जास्त उत्पादन मिळवणे आवश्यक झाले. त्यातून आधुनिक बांबू लागवडीचे व व्यवस्थापनाचे तंत्र विकसित झाले. त्यामध्ये (१) दोन ओळी व दोन रोपांतील अंतर (२) आवश्यक रासायनिक व सेंद्रिय खतांच्या मात्रा (३) सिंचनाची मात्रा व आदर्श पद्धत (४) आंतरपिके आणि (५) बांबूची तोड या बाबींवर विशेष संशोधन झाले. त्याचे प्रमाणीकरण करण्यात आले.

१९५१ मध्ये भारताच्या दृष्टीने एक महत्त्वाची घटना घडली. भारताच्या खादी व ग्रामोद्योग आयोगाने बांबू उद्योगाचा अभ्यास व निरीक्षण करण्यासाठी श्री. एस. के. कल्लापूर यांना जपानमध्ये पाठवले. त्याविषयी सविस्तर माहिती संबंधित प्रकरणात दिली आहे. श्री. कल्लापूर यांनी जे निरीक्षण नोंदवले आहे, ते आजही आपल्याला उद्‌बोधक ठरेल -

'जपानमध्ये केंद्रीय, जिल्हा व नगरपालिका या तीनही पातळ्यांवर प्रत्येक उद्योग वा उद्योसमूहासाठी संशोधन केंद्र आहे. तिथे तंत्रज्ञ व कलावंत, कारागिरांची संशोधनासाठी नेमणूक केलेली असते. नव्या कल्पनांची निर्मिती, त्यांचा आराखडा (blue print) व नमुने बनवणे सतत चालू असते. उत्पादकांना व विक्रेत्यांना मार्गदर्शन करण्यावर भर दिला जातो. उत्पादक आपल्या समस्या, अडचणींसंबंधात केंद्र प्रमुखाशी चर्चा करतात. त्यांना योग्य सल्ला दिला जातो. प्रत्येक केंद्रातर्फे वेळोवेळी निरनिराळ्या प्रकारची शिबिरे व कार्यशाळा यांचे आयोजन करण्यात येते. संबंधित क्षेत्रामधील आधुनिक पद्धतींची ओळख करून देण्यात येते. थोडक्यात ही केंद्रे मध्यम व लघु उद्योगांच्या विकासासाठी महत्त्वाचे कार्य करतात.

अशा प्रकारचे कोणतेही कार्य बांबू उद्योगासाठी आपले सरकार करत नाही याची हळहळ वाटते.'

याविषयी जास्त काही लिहिण्याची गरज नाही...

बांबूच्या विविध सुबक वस्तू

चौकोनी बांबू

जपानी लोक एखाद्या गोष्टीचा किती जिद्दीने पाठपुरावा करतात, ते साधण्यासाठी तंत्रज्ञान कसे विकसित करतात हे चौकोनी बांबूवरून चांगले समजू शकते. निसर्गतः बांबू गोल असतो, त्यामुळे चौकोनी बांबूविषयी आकर्षण वाटणे साहजिक आहे. शिहोचिकू या चौकोनी पेरे असलेल्या बांबूविषयी आधी माहिती दिली आहे. अशा बांबूला जपानमध्ये मोठा मान आहे. घरातील मुख्य दालनात असा बांबू आवर्जून ठेवला जातो.

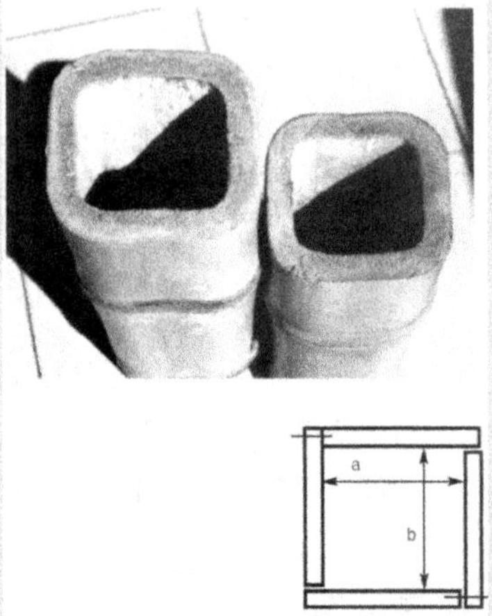

यावरूनच पूर्ण बांबू चौकोनी बनवण्याची कल्पना जपानी तज्ज्ञांना सुचली. त्यासाठी मोसे जातीच्या बांबू कोंबावर प्रयोग केले गेले व सहा वर्षांनी त्याचे पूर्ण तंत्र तयार झाले. ते तंत्र असे : कोंब जमिनीतून ३० सेंमी बाहेर आल्यावर त्याच्या सभोवती (देवदार) लाकडाची चौकट ठेवतात. ही चौकट खालच्या बाजूने थोडी रुंद असते. कोंबाचा शेंडा चौकटीवर दिसू लागताच ती वर सरकवली जाते. बांबू पूर्ण वाढल्यावर फळ्यांना बांधलेल्या दोऱ्या सोडतात. दरवर्षी प्रत्येक बेटातील दोन-चार कोंबांचे असे रूपांतर केले जाते.

अशाच प्रकारे त्रिकोणी व आयताकार बांबूही बनवले जातात.

१९७० च्या दशकात जपानमधील एका बांबू जातीला मोहर आला. बांबू पुरवठ्यात मोठी घट आली. बांबूआधारित उद्योगांना मोठा हादरा बसला. बांबूला मोहर येणे हा दहा वर्षे टिकणारा रोग (ten year withering disease) आहे असा जपानमध्ये पूर्वी समज होता. पण मोहरानंतर मृतप्राय झालेली बांबूराई परत पूर्ववत कशी होते या जीवशास्त्र व पर्यावरण शास्त्राच्या दृष्टीने महत्त्वाच्या प्रश्नावर या काळात बराच अभ्यास केला गेला.

याच कालावधीत प्लास्टिक व ॲल्युमिनिअम या क्षेत्रात क्रांती झाली. त्यांचा वापर अनेक क्षेत्रांत सढळपणे सुरू झाला. बांबूला फार चांगला पर्याय मिळाला असे सर्वांना वाटू लागले. कोणत्याही विकसित देशाप्रमाणे कृषिक्षेत्र दुय्यम गणले जाऊ लागले. त्यामुळे बांबूविषयक संशोधन थंडावले.

उपलब्ध ज्ञानाचा फायदा जपानने शेजारी राष्ट्रांना देऊ केला. उदाहरणार्थ, कागदनिर्मितीसाठी योग्य जाती निवडण्यात थायलंड सरकारला मार्गदर्शन केले; तसेच उष्ण कटिबंधातील निकृष्ट जमिनींवर बांबूसोबत द्विदल वनस्पती वाढवण्याचा यशस्वी प्रयोग केला. त्यामुळे बांबू उत्पादनात भरीव वाढ झाली व ही पद्धत पुढे बऱ्याच ठिकाणी वापरली गेली. फिलिपिन्समध्येही जपानी

तज्ज्ञांनी शास्त्रीय पद्धतीने बांबू लागवड करण्यासाठी मार्गदर्शन केले.

आगग्नय आशियातील विकसनशील देशांना स्थानिक वनस्पती, विशेषत: बांबूचा वापर करून कशी प्रगती साधता येईल याचे दिशादर्शन करण्यासाठी जागतिक बांबू परिषद स्थापन झाली. तिची पहिली बैठक सिंगापूरमध्ये १९८० मध्ये आयोजित करण्यात आली. त्यात आठ जपानी तज्ज्ञांनी बांबू लागवड, शरीरशास्त्र, रचना व त्याचे भौतिक, रासायनिक गुणधर्म यावरील प्रबंधांचे वाचन केले.

जपानमध्ये इतर वनस्पतींचे प्रकार फार नाहीत, हा उल्लेख आधी आलाच आहे. बांबूचे कोंब व बऱ्याच जातींची पाने सर्व प्राणी आवडीने खातात. संपूर्ण बांबूचाच पाळीव प्राण्यांसाठी खाद्य म्हणून वापर करता येईल का, यावर तिथे संशोधन चालू आहे. बांबूच्या लहान चकत्या करून त्यावर वाफेचा मारा केला गेला. त्याचे पृथक्करण केल्यावर तो पशुआहार म्हणून वापरता येईल असे दिसून आले.

निरनिराळ्या प्रक्रिया व उद्योगधंद्यासाठी विशिष्ट वय व पक्वतेच्या बांबूची गरज असते. बांबूमध्ये वयानुसार कोणते व कसे बदल होतात याचे संशोधन १९८५ मध्ये केले गेले. त्यानुसार लिग्नीन कार्बोहायड्रेट फेबालिक या रसायनाचा बांबू पक्व होण्यामध्ये मोठा सहभाग असतो हे सिद्ध झाले. त्या आधारे बांबूचे नक्की वय ओळखण्याचे तंत्र विकसित झाले.

...जपानचे बांबूशी इतिहासात एवढे जवळचे नाते असले, तरी आज मात्र त्याला उतरती कळा आली आहे. त्याची कारणेही उघड आहेत. ती म्हणजे औद्योगिकरण-शहरीकरण-बदलती जीवनशैली- बांबू उत्पादन व वापरात घट.

ज्या देशाने जगाला बांबू संशोधनाची दिशा दाखवली, बांबूचे सौंदर्य दाखवले, तिथे आज बांबू व कोंब मोठ्या प्रमाणात आयात होत आहेत!

■■

बांबू इन किओटो, जपान या विक्रमी खपाच्या पुस्तकावरून जपानी माणूस व बांबू यांचे जवळचे नाते सिद्ध होते. किओटो शहराच्या चौफेर पसरलेली पर्वतराजी बांबूवनांनी भरलेली आहे. विशेष म्हणजे हे बांबू एका रांगेत व अंतरावर लावलेले आहेत. त्यामुळे त्यातून छान फेरफटका मारता येतो.

निरनिराळ्या ऋतूंमध्ये दिसणारे बांबूवनांचे सौंदर्य या पुस्तकात अप्रतिम छायाचित्रांमधून टिपले आहे. या वनांचे खरे सौंदर्य उन्हाळ्याच्या सुरुवातीला खुलून दिसते. म्हणून या काळाला 'ऑटम ऑफ बांबू' म्हणून ओळखले जाते. नवी फुटणारी हिरवीगार, पोपटी पालवी तर जमिनीवर वाळलेल्या पिवळ्या पानांचा गालीचा असे दृश्य तेव्हा दिसते; तर पावसाळ्यात येथे गूढ, रम्य वातावरण तयार होते. बांबूवने जेव्हा बर्फाने आच्छादलेली असतात तेव्हाचे सौंदर्य आणखी वेगळे. थोडक्यात हे पुस्तक म्हणजे छायाचित्रांच्या माध्यमातून बांबूवनांना वाहिलेली आदरांजलीच आहे.

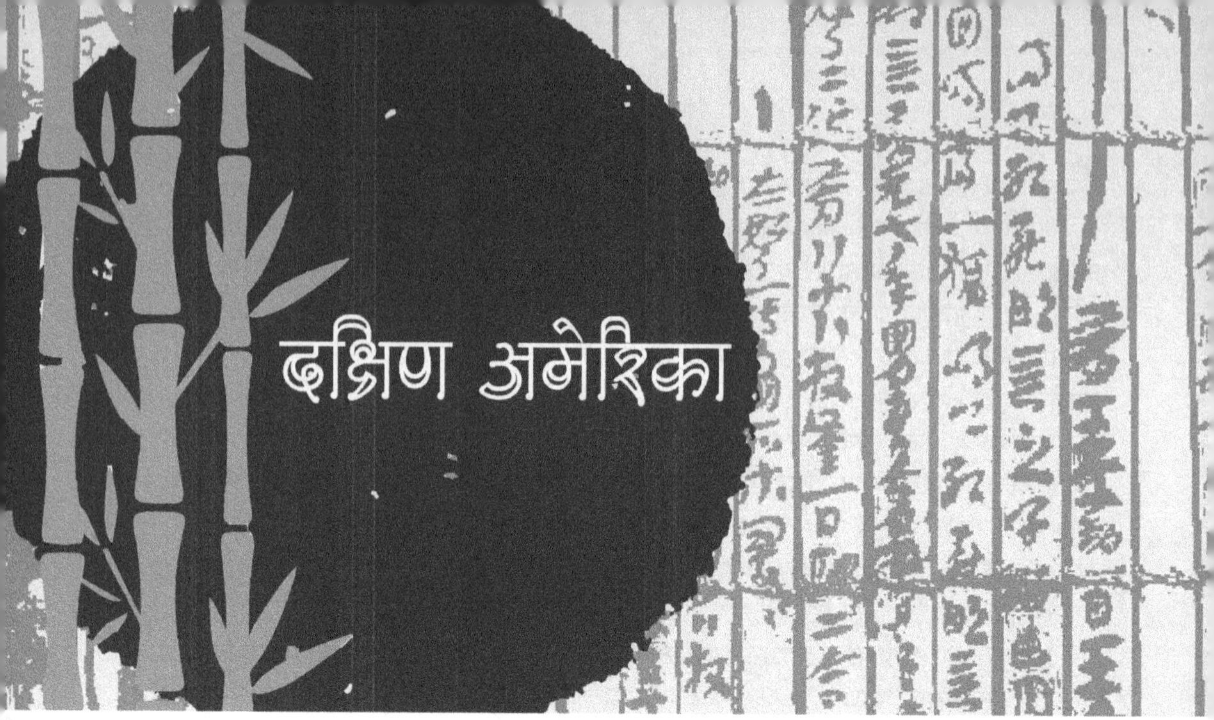

दक्षिण अमेरिका

दक्षिण अमेरिकेतील बांबूचा इतिहास समजून घेण्यासारखा आहे. कारण गेल्या जवळजवळ १००० वर्षांचा मानवाचा इतिहास इथल्या बांबूच्या संदर्भातील घडामोडींनी दाखवून देता येतो. माणसाचे निसर्गाशी असलेले जवळचे नाते, त्याची कल्पकता व त्यानंतरची हाव, आक्रमक विध्वंसक वृत्ती व सद्य: काळात पुन्हा निसर्गाला समजून घेऊन, त्याचा विनाश न करता प्रगती साधण्याची इच्छा या साऱ्या गोष्टी लॅटीन अमेरिकेतील इतिहासात स्पष्टपणे दिसून येतात.

दक्षिण अमेरिकेत आशियाएवढीच बांबूची विपुलता व जातींचे वैविध्य आहे. आशियायी लोकांप्रमाणेच बांबूचा विविध प्रकारे वापर तिथे होत होता. इक्वेडोर देशामध्ये झालेल्या उत्खननात इसवी सन पूर्व ७५०० मधील एका बांधकामाचे अवशेष सापडले आहेत. बहुधा त्याचा उपयोग मृतदेहांना पुरण्यासाठी केला असावा. हे बांधकाम बांबू वापरून केले असावे, असा तज्ज्ञांचा अंदाज आहे. इसवी सन पूर्व ३००० मध्ये तिथली घरे बांबू, माती, गवत वापरून बनवली जात. दक्षिण अमेरिका व बांबूचे नाते इतके प्राचीन आहे.

९५०० वर्षांपूर्वीचे बांबूचे बांधकाम

सोळाव्या शतकात स्पॅनिश आक्रमकांनी (सोन्याच्या लोभाने) दक्षिण अमेरिकेत अनेक मोहिमा केल्या. त्यांच्या नोंदीनुसार यासंबंधी बरीच माहिती मिळते. त्यानुसार तेथील शहरे

दाट बांबूच्या वनांमध्येच वसवलेली होती. परकीय आक्रमणापासून व इतर टोळ्यांपासून बचावासाठी या वनांचा त्यांना किल्ल्याच्या भिंतीप्रमाणे उपयोग होत असे.

या संस्कृती अतिशय प्रगत होत्या. बांबू वापरूनच तेथील विविध प्रकारची बांधकामे, पूल तयार केले होते. तेथील काही इमारती (बांबू वापरूनही) २७ फूट उंच व भूकंपरोधक असल्याचे पुरावे मिळाले आहेत. येथील काटीगो या शहराचा परीघ ५७ किमी होता आणि तो पूर्ण बांबूवनांनी व्यापला होता अशा नोंदी मिळाल्या आहेत.

स्पॅनिश आक्रमकांनी या साऱ्या संस्कृती अत्यंत निर्घृणपणे नष्ट केल्या. इतके की येथील ९०% मूळ रहिवाशांना ठार मारले वा गुलाम म्हणून विकून टाकले गेले.

या संघर्षातही बांबूने महत्त्वाची भूमिका बजावली आहे. अनेक नगरांना बांबूचे दुहेरी तट केलेले होते. दोन तटांच्या मध्ये दगडमाती भरलेली असे. मूळ रहिवाशांचे मुख्य शस्त्र तीरकमठा हेच होते.

स्पॅनिश आक्रमकांनी तट्ट्याचे मोठमोठे (पण हलवता येणारे) आडोसे बनवून त्यामागून पुढे सरकण्याचे तंत्र अवलंबले. हातापायांवर ते बांबूच्या सालींचा चिलखताप्रमाणे वापर करत.

स्थानिक लोकांना वस्तीच्या आजूबाजूची बांबूवने हे प्रमुख संरक्षण होते. स्पॅनिश आक्रमकांनी ती पूर्णतः जाळून टाकली. यात लाखो हेक्टर जमीन बेचिराख झाली. बांबूच्या किती जाती नष्ट झाल्या ते ठाऊक नाही.

मूळ रहिवासी नष्टप्राय झाल्यामुळे परंपरागत बांबूविषयक तंत्रज्ञान विसरले गेले. स्थानिक इंडियन्स, स्पॅनिश युरोपीय व आफ्रिकेतून आणलेले गुलाम यातून लॅटीन अमेरिकेत मिश्र संस्कृती तयार झाली. बांबूचे घर बांधणे हे मागासलेपणाचे, गरिबीचे लक्षण समजले जाऊ लागले. दुर्दैवाने तो समज आजही कायम आहे.

बांबूवर पुन्हा मोठा घाला आला, तो १९०० मध्ये. अमेरिकेतील एका कंपनीने आठ हजार हेक्टर जमीन केळी लागवडीसाठी विकत घेतली. पण ही तर फक्त सुरुवात होती! त्या सुमारास तेथील काही राष्ट्रे स्वतंत्र झाली; पण तिथे खरी सत्ता होती ती अमेरिकी फळ कंपन्यांची; त्यामुळे या राष्ट्रांना उपहासाने 'बनाना रिपब्लिक' असे संबोधले जात असे. १९५० पर्यंत तेथील विविध राष्ट्रांमधील सुमारे एक कोटी हेक्टर जंगले/क्षेत्र लागवडीसाठी साफ केले गेले असा अंदाज आहे. कॉफी, साखर, मका, केळी, तांदूळ तसेच मांसासाठी गुरे चारणे यासाठी हे क्षेत्र वापरले जाऊ लागले.

१९६० ते १९८५ हा अमेरिका व रशिया यांच्यातील शीतयुद्धाचा काळ होता. या दोन्ही सत्ता व त्यांच्या ताब्यातील स्थानिक नाममात्र सत्ताधीशांनी तेथील निसर्गसंपत्ती व मानवसंपत्तीचा मनमुराद वापर केला.

१९७५ च्या सुमारास उपग्रहांच्या साहाय्याने प्रत्यक्ष वनक्षेत्र मोजणे शक्य होऊ लागले. त्या माहितीनुसार, ॲमेझॉन नदीच्या खोऱ्यातील सदाहरित वनांचे एक क्षेत्र १९७६ ते १९९३ या काळात ८५ हजार चौकिमीवरून ५३,००० चौकिमी झाले; तर दुसऱ्या भागात निव्वळ नागरी वसाहती व शेतीसाठी १,२०,००० चौकिमीची जंगले तोडली गेली. हा सर्व प्रदेश

त्रिभुजवृत्तीय घनदाट जंगलांचा, जगातील सर्वात जास्त जैवविविधता (biodiversity) असणारा आहे, हे लक्षात ठेवले पाहिजे.

१९८० नंतर जगात एकूणच पर्यावरणाचा प्रश्न ऐरणीवर आला. दक्षिण अमेरिकेतील लोकांना आपल्या निसर्गसंपत्तीचे मोल काही प्रमाणात समजू लागले. परंतु या खंडातील बराचसा भाग दुर्गम, घनदाट जंगलांचा आहे. तेथील राष्ट्रे गरीब आहेत. तेथील बांबूच्या जाती-प्रजातींचे पूर्ण सर्वेक्षण अद्यापही झालेले नाही.

उदाहरणार्थ, तेथील गुआडुआ हा वैशिष्ट्यपूर्ण बांबू ३० मीटरपर्यंत वाढतो (तेही सरळ)! त्याचा व्यास २२ सेंमी एवढा असून तो अतिशय बळकट आहे. त्यांच्या काही जातींना तर फांद्याही नसतात. घरबांधणी, कागद, प्लाय अशा अनेक उद्योगांमध्ये त्यांचा वापर होऊ शकतो. पण या बांबूखालील एकूण क्षेत्र, त्याचे अभियांत्रिकी गुणधर्म यांचा पुरेसा अभ्यास झालेला नाही.

कोलंबिया

याला अपवाद फक्त कोलंबिया हा देश आहे. तिथे बांबू होडीसाठी कडक कायदे आहेत आणि ते पाळलेही जातात! त्यामुळे तेथील बांबूचे वैविध्य व विपुलता टिकून आहे.

बांबूपासून घरबांधणीचे अनेक प्रयोग या देशात केले जात आहेत. शहरी भागात अधिकृतरीत्या बांबूचे घर बांधता येते असे फक्त तीन देश आहेत. ते म्हणजे फ्रान्स, अमेरिका व कोलंबिया. त्यासंबंधीचे प्रमाणीकरण तिथे पूर्वीच झाले.

दक्षिण अमेरिकेत आजपर्यंतच्या ४१० जाती व २० प्रजातींची नोंद झाली आहे. (अनेक देशांतील सर्वेक्षण बाकी आहे.) या खंडात बांबूच्या काष्ठमय आणि पानोळा जास्त असणाऱ्या अशा दोन प्रजाती आढळतात. त्यांपैकी काष्ठमय प्रजाती आर्थिकदृष्ट्या महत्त्वाच्या आहेत. परंतु त्यातील अनेक जातींचे अद्याप नामकरण-वर्गीकरणसुद्धा झालेले नाही.

तेथील काही अभियंते, वास्तुरचनाकार व निसर्गप्रेमी बांबू वापरासंबंधी मोलाचे संशोधन, बांधकामातील प्रयोग करत आहेत. त्यातील काही उदाहरणे आपल्याला विचार, कृती व प्रयोग करायला प्रवृत्त करतील अशी आशा आहे.

- १९७० मध्ये कोलंबियातील मॅनिझेल्स (Manizales) या भागातील स्वस्त गृहरचने (low cost Housing)च्या पूर्ण बांधकामात लोखंडी सळ्यांऐवजी बांबूचा वापर केला आहे. आश्चर्याची गोष्ट म्हणजे ही जागा तीव्र उतार असणारी (३०°) आहे.
- **पूर्वरचित** (Prefabricated) **बांबूची घरे :** इक्वेडोर, कोस्टारीका, कोलंबिया अशा अनेक देशांमध्ये अतिशय गरीब कुटुंबासाठी पूर्ण सांगाडा- भिंती, छप्पर बांबूचे व त्यावर मातीचा/प्लास्टरचा गिलावा अशा प्रकारचे अनेक प्रकल्प उभे राहिले आहेत. बांबू या विषयासाठी आयुष्य वाहून घेतलेले ऑस्कर हिडाल्गो लोपेझ हे या प्रकल्पांचे प्रमुख सूत्रधार आहेत.

सळयांऐवजी बांबूचा वापर

- **बांबूची पवनचक्की :** वीज न पोहोचलेल्या दुर्गम भागात भूगर्भातले पाणी उचलण्यासाठी श्री. हिडाल्गो यांनीच १९८३ मध्ये पवनचक्की उभारली. महत्त्वाची गोष्ट म्हणजे ती पूर्णत: बांबूची बनवलेली आहे. ती १८० फुटाखालील पाणी खेचते.
- पूर्णपणे बांबू किंवा त्यासोबत काही मिश्रणे (Composite Materials) वापरून उभारलेले पूल अनेक ठिकाणी कार्यरत आहेत. कोलंबियामध्ये बांधलेले पूर्णपणे बांबूच्या, ९० ते १२० फूट लांबीच्या पुलावरून गाड्यांची वाहतूकही चालते. आपल्या देशातील दुर्गम भागांमध्ये अशा पादचारी पुलांची निर्मिती कित्येक शतके होत आहे. नव्या तंत्रज्ञानाची जोड देऊन असे पूल वाहनांसाठीही वापरता येतील.
- प्रचंड मोठ्या आकाराची, मधे कोणताही आधार नसलेली बांबूची देखणी छपरे (पॅव्हेलिअन) ही तर तेथील खासियत आहे. १९८७ मध्ये काली, कोलंबिया येथे अशा प्रकारचे २५० मीटर × २५० मीटर (अंदाजे ६२ हजार चौरस फूट) एवढे छप्पर उभारले आहे.

(आपल्या महाराष्ट्रातही अशा काही व्यक्ती व संस्था बांबूच्या सर्वांगीण वापरासाठी भगीरथ प्रयत्न करत आहेत. त्यांची ओळख स्वतंत्रपणे करून दिली आहे.)

वेड्यावाकड्या वाढलेल्या बांबूचा बांधकामात वापर

चीन

बांबू कौलाखाली आश्रय मिळतो,
बांबू टोपी सावली देते,
बांबू कागदावर लिहिता येते,
बांबू तराफा ओझे वाहतो,
बांबू साल शरीर झाकते,
बांबू कोंब भूक शमवतो.
बांबू सरपण स्वयंपाकासाठी,
बांबू वहाणा चालण्यासाठी,
बांबू आज पाहिजे,
उद्या पाहिजे,
जगण्यासाठी सतत पाहिजे.

इ.स. ९६० मधील चिनी कवी सु शेंग पो याची ही कविता. या काळात तिथे बांबूच्या विविध प्रकारच्या सुमारे शंभर वस्तू नित्य वापरात असाव्यात असा अंदाज आहे. एवढ्या वस्तू बनवण्यासाठी चिनी जनतेला बांबूची किमान काहीशे वर्षे ओळख असणे गरजेचे होते. तसे भरपूर पुरावेही मिळाले आहेत. ते असे :

- इ.स. पूर्व अकरावे शतक : बांबूपासून धनुष्यबाण
- इ.स. पूर्व दहावे शतक : बांबूचा लिखाणासाठी वापर
- इ.स. पूर्व तिसरे शतक : रेशीम निर्मितीसाठी वापर, बांबू दोरांपासून ३००

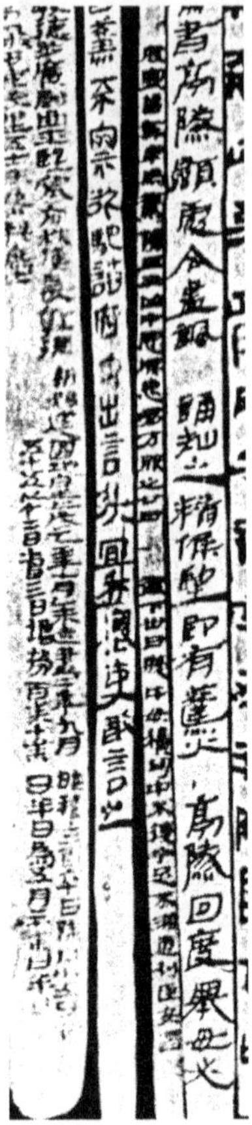

बांबूचा
लिखाणासाठी वापर

मीटर लांब व ३ मीटर रुंद झुलता पूल, बांबू कामटीपासून लेखणी, बांबूपासून कागद निर्मिती (हे तंत्रज्ञान अरब व्यापाऱ्यांमार्फत युरोपमध्ये पोहोचले.)

त्यामुळेच पूर्व आशियाची संस्कृती म्हणजे बांबू संस्कृती असे एका ब्रिटिश अभ्यासकाला म्हणावेसे वाटले; तर अनेक मानववंश शास्त्रज्ञांच्या मते, चिनी माणूस अश्मयुगात इतर समूहांपेक्षा कमी काळ राहिला व झपाट्याने प्रगत झाला, याचे कारण त्याने बांबूचा कल्पकपणे केलेला वापर हेच आहे. ही कल्पकता पंधराव्या शतकापर्यंत अस्तित्वात होती.

बाराव्या शतकात चीनमधील गरीब माणसे अंतर्वस्त्रांसाठी बांबूच्या कामट्यांचा वापर करत. या अगदी पातळ कामट्यांचे कपडे हिवाळ्यात उबदार राहत; तर उन्हाळ्यात थंड राहत व घाम शोषून घेत.

तेराव्या शतकात तलाव, मोठ्या नद्या यामधून सिंचनासाठी पाणी उचलण्यासाठी चीनमध्ये 'नोरीआ' नावाच्या भल्यामोठ्या पाणचक्क्या विकसित झाल्या. त्यामध्ये ९०% वापर बांबूचा केला जाई. त्या ७५ फूट उंचीवर पाणी उचलू शकत. प्रवाहाला जोर नसेल तेव्हा त्या फिरवण्यासाठी बैल वा रेड्यांचा वापर केला जाई.

असेच दुसरे उदाहरण आहे ते आडव्या फिरणाऱ्या पवनचक्कीचे. मिठागरामध्ये तिचा वापर केला जाई. त्या काळात चीनमध्ये होड्या, जहाजे व तराफे यांच्या बांधकामामध्ये बांबूचा भरपूर वापर केला जात असे. तराफे शंभर फूटपर्यंत लांबीचे असत. त्यासाठी ८० फूट लांब व २ इंच व्यासाचे बांबू वापरले जात.

आणखी असेच एक उदाहरण म्हणजे बांबू बियांचा बॉल बेअरिंगसारखा केला जाणारा वापर! मानवी श्रम कमी करण्यासाठी शेतीसंबंधित अनेक अवजारांमध्ये ओक वृक्ष किंवा बांबूच्या गोल गुळगुळीत बिया सररास वापरल्या जात.

वरील पाणचक्की, नोरीआ, जहाज बांधणी, पूल यांच्या बांधकामांना अतिशय प्रगत शास्त्रीय तत्त्वांचा आधार होता. त्याच तत्त्वांचा वापर आजही काही प्रकारचे पूल, जहाजे बांधताना केला जातो.

बांबू धाग्याची अंतर्वस्त्रे

बांबूमध्ये स्फोटके भरणे, त्याचा रॉकेटसारखा वापर करणे याची माहिती संबंधित प्रकरणात आली आहेच. परंतु चिनी संस्कृतीमध्ये बांबूचा वापर फक्त बांधकामे, रचना (Structures) वा खाण्यासाठी केला जात नव्हता. त्याची इतर

नोरिया - पवनचक्की

झाडांपेक्षा वेगळी रचना, लवचीकपणा, प्रतिकूल परिस्थितीत तगून राहण्याची क्षमता यामुळे बांबूला त्या संस्कृतीत मानाचे स्थान आहे. आपल्या संस्कृतीत वड, पिंपळ, तुळस यांच्याकडे फक्त झाड म्हणून बघितले जात नाही. तोच मान चिनी संस्कृतीत बांबू, आमरी (ऑर्चिड) इत्यादींना आहे. तिथे गमतीने म्हटले जाते की, बांबू हा सभ्य गृहस्थ (जंटलमन) आहे. तो सदैव बूट व टोपी घातलेला हवा. याचा संदर्भ बांबूचा पाया (जिथे जमिनीशी संपर्क येतो) व शेंडा (वरून पाणी शिरणे) सांभाळल्यास तो वर्षानुवर्षे टिकतो, या गुणधर्माशी आहे.

बहुधा चिनी जनतेच्या या समजामुळे बांबूला औषधी महत्त्वही प्राप्त झाले. त्याच्या पानांचा काढा, पानांची बिअर, कार्बोनेटेड पेय यांना खूप खप आहेच; पण त्यावर वाढणारी बुरशीसुद्धा Princes Fungus नावाने महागड्या दरात विकली जाते.

पंधराव्या शतकात चिनी संस्कृती तंत्रज्ञानात सगळ्यात जास्त आघाडीवर होती व बांबूचा इतक्या विविध अंगांनी वापर दुसऱ्या कुठेही झाला नाही असे नक्की म्हणता येईल.

असे असूनही पंधराव्या ते विसाव्या शतकाच्या मध्यापर्यंत तिथे बांबूचा वेगळा वापर वा तत्संबंधी नवीन तंत्रज्ञान शोधले गेले नाही. सततची शत्रूची आक्रमणे, आपापसातील यादवी व (अर्थात) आधुनिक वैज्ञानिक दृष्टीचा अभाव ही त्यामागची कारणे होती.

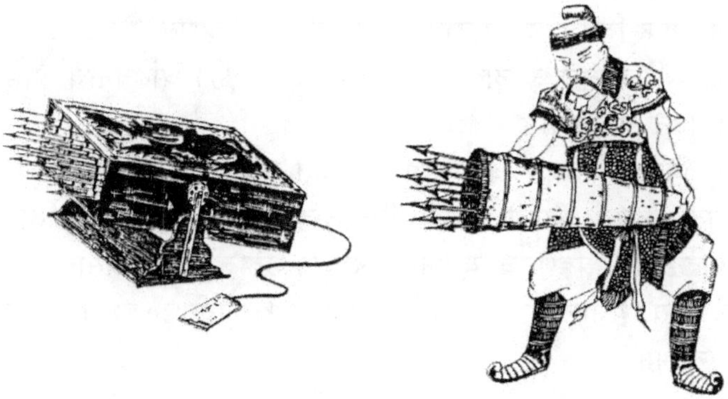

सतराव्या शतकातील चीनचे रॉकेट लाँचर

आधुनिक चीन : १९२० मध्ये एफ. ए. मॅकक्कर हे अमेरिकन वनस्पतिअभ्यासक खास बांबूच्या अभ्यासासाठी चीनमध्ये वास्तव्यास आले. तब्बल २० वर्षे त्यांनी तेथील बांबूसृष्टीचे सखोल अध्ययन केले. परत जाताना थंड प्रदेशात वाढणाऱ्या काही बांबू जातींची रोपे लागवडीसाठी ते घेऊन गेले. त्यातून अमेरिकेत लागवड सुरू झाली; बांबूविषयी सजगताही वाढली. पण खरा फायदा झाला तो चीनचा! कारण त्यांच्या वास्तव्यामुळे चिनी शासनयंत्रणा, अभ्यासक यांना आधुनिक वैज्ञानिक संशोधन व अभ्यासपद्धतींची जवळून ओळख झाली. त्या पद्धतीचे संशोधन कार्य चीनमध्ये सुरू झाले.

भौगोलिक क्षेत्र

भारताच्या ईशान्य दिशेला ९६ लक्ष चौकिमी असे प्रचंड क्षेत्रफळ असलेला हा देश. चीनच्या दक्षिण भागातून कर्कवृत्त जाते. त्यामुळे उष्ण, उबदार, समशीतोष्ण व थंड असे त्याचे चार नैसर्गिक विभाग तयार झाले आहेत. त्यामुळे आपल्या देशासारखीच नैसर्गिक विविधता त्याला लाभली आहे.

चीनचे सरासरी तापमान १८° ते ३८° एवढे आहे; तर पाऊस १०० ते २०० मिली एवढा पडतो. थंडीमध्ये मध्य आशियाकडून तर वसंत ऋतू व हिवाळ्यादरम्यान आग्नेय आशियाकडून, असा दोन मोसमी पावसाचा लाभ त्याला मिळतो. त्याच्या पूर्वेला ३५०० किमी लांबीचा समुद्रकिनारा आहे; तर पश्चिम, नैर्ऋत्य व दक्षिण भाग बराचसा डोंगराळ आहे. त्यातून उगम पावलेल्या नद्यांची खोरी सखल व वनराईंनी समृद्ध आहेत. चीनमध्ये ३७ बांबू प्रजाती व सुमारे ४०० जाती (जगातील इतर कोणत्याही देशातून जास्त) आढळतात.

चीनच्या अनेक भागांमध्ये बांबू विपुल प्रमाणात आहे. तेथील बांबू संपदेचे खरेखुरे दर्शन युनान या दक्षिणेकडील प्रांतात घडते. बांबूप्रेमींना या प्रांताविषयी थोडे जास्त जाणून घ्यायला आवडेल असे वाटते.

या प्रांताच्या दक्षिण भागातून कर्कवृत्त जाते, तर उत्तर भाग डोंगराळ आहे. त्यामुळे चीनचे चारही नैसर्गिक विभाग या प्रांतात आढळतात असे म्हणता येईल. ३ लाख ८३ हजार चौकिमी क्षेत्रफळापैकी तब्बल ३ लाख चौकिमी क्षेत्र (८०%) बांबूवनांचे आहे. येथे विविध ३१ प्रकारची बांबूवने आढळतात.

बांबूसृष्टीचा विचार केल्यास असा भूभाग जगात कुठेही नाही. त्यामुळेच येथे बांबूच्या तब्बल २६ प्रजाती व २२० जाती (चीनमधील जातींपैकी ५०% तर जगातील २०%) या एका प्रांतात आढळतात. म्हणूनच युनानला बांबूचे उत्पत्ती केंद्र, प्रसार केंद्र वा माहेरघर म्हणून ओळखले जाते. येथील बांबूचे वार्षिक उत्पादन १ कोटी ७० लाख मे. टन तर कोंबाचे ५० हजार मे. टन आहे.

चीनमधील काही विशेष जातींची ओळख

१. फायलोस्टॅचिस : ही प्रजाती चीनमध्ये सर्वत्र आढळते. त्यामध्ये सुमारे ४८ जाती आहेत.

त्यापैकी प्युबेसन्स हेटरोसायका ही आर्थिकदृष्ट्या महत्त्वाची आहे. कारण बांधकाम, घरगुती वस्तू बनवणे, चटईतक्ता व कागद या चार उद्योगांमध्ये ती वापरली जाते. या बांबूने २.२ दशलक्ष चौकिमी एवढे क्षेत्र व्यापले आहे. त्यातून ७-८ दशलक्ष टन बांबू मिळतो.

२. **चिम्नोकलॅमस :** या प्रजातीच्या काही जाती मिश्रवनांमध्ये आढळतात. याच्या कोंबामध्ये सुवासिक तेल असते, त्यामुळे कोंबांना खूप मागणी आहे. या बांबूच्या पोकळ पेरांचा उपयोग डब्यासारखा केला जातो. उच्च दर्जाचा चहा त्यातून निर्यात केला जातो.

३. **क्युचोंग :** युनान प्रांताच्या फक्त दक्षिण भागातच ही जात आढळते. हा अतिशय कठीण असल्यामुळे त्याला लोहबांबू म्हणून ओळखले जाते. म्हणून याचे शास्त्रीय नाव फेरोकलॅमस (लॅटीन भाषेत फेरम म्हणजे लोखंड) असे ठेवले आहे. यापासून भाले, चॉप स्टीक्स अशा वस्तू बनवतात.

४. **क्युआयओनझुआ ह्युमिनोडा :** या जातीचे कोंब स्वादिष्ट असल्यामुळे त्याची मोठ्या प्रमाणावर निर्यात होते.

बांबूचा पडदा

रशियामध्ये साम्यवादी राजवट आल्यावर प्रसारमाध्यमांवर प्रचंड बंधने आली. त्यामुळे तिथे काय घडते आहे हे बाहेरच्या जगाला समजेनासे झाले. याचे वर्णन पाश्चात्त्य देशात 'लोखंडी पडदा' (iron curtain) असे केले जात असे. त्याच धर्तीवर चीनचा उल्लेख 'बांबूचा पडदा' असे केले जाते. बांबूची ताकद आणि चिनी संस्कृती व बांबूचे निकटचे संबंध या दोन्ही गोष्टी या विशेषणातून समजून येतात.

१९२० ते १९४० हा काळ चीनमध्ये धामधुमीचा, राजकीय अस्थिरतेचा होता. १९४० मध्ये क्रांती होऊन तिथे साम्यवादी राजवट स्थापन झाली. दरम्यान वाढत्या लोकसंख्येमुळे बेसुमार वृक्षतोड होत राहिली. लाकूड टंचाईची भीषण समस्या उभी राहिली तेव्हा सरकारी यंत्रणा जाग्या झाल्या. चीनचे लक्ष पुन्हा बांबूकडे वेधले गेले.

बांबूचा पुरवठा, दर्जा व वापर वाढण्यासाठी अनेक निर्णय घेतले गेले. (१) रोपवाटिका निर्मिती (२) लागवड व संवर्धन (३) वापर व (४) कोंब निर्मिती व प्रक्रिया यासाठी अनेक उच्चस्तरीय संशोधन संस्था स्थापन करण्यात आल्या.

१९८० नंतर चीनने हळूहळू पुन्हा बाह्य जगाशी संबंध प्रस्थापित केले. वैज्ञानिक, व्यापारी देवाणघेवाण सुरू झाली. काही आंतरराष्ट्रीय संस्थांच्या सहकार्याने बांबूविषयक संशोधनाला चालना मिळाली.

१९८६ मध्ये एक सर्वांगीण महत्त्वाकांक्षी प्रकल्प हाती घेण्यात आला. बांबूतज्ज्ञ फ्यू माओयी हे या प्रकल्पाचे प्रमुख होते. या विषयातील त्यांचे योगदान अजोड आहे. बांबूविषयक

सर्व प्रश्नांची उत्तरे शोधणारे, समस्या सोडवणारे असा त्यांचा लौकिक आहे. या प्रकल्पाची दीर्घकालीन उद्दिष्टे अशी होती :

१. **बांबू उद्यान उभारणे :** अंजी येथे २२१ जातींचे उद्यान उभे राहिले आहे.
२. **दहा जातींच्या बांबूच्या सर्वांगाचे रासायनिक पृथक्करण करणे :** प्रकल्प पूर्ण झाला.
३. **लागवडीचे नवे तंत्र विकसित करणे :** नव्या पद्धती वापरून प्रती हेक्टरी उत्पादकता ५० टक्के वाढली आहे. चीनमध्ये काही जातींचे उत्पादन हेक्टरी पंधरा टन घेतले जाते. (आपले सरासरी उत्पादन एक ते दीड टन आहे! भौगोलिक, हवामानाचा फरक धरूनही आपल्याला केवढा पल्ला गाठायचा आहे हे लक्षात येईल.)
४. **कोंब :** काही जातींच्या कोंबाच्या वाढीचा सखोल अभ्यास करण्यात आला. ते काढण्याची वेळ व प्रक्रिया प्रमाणित करण्यात आली. त्यानुसार मार्च महिन्यात येणारे कोंब जमिनीबाहेर पडण्यापूर्वी काढण्याची शिफारस करण्यात झाली. त्यामुळे पुरवठा १००% वाढला.
५. **६४ जातींची थंड हवामानात तगून राहण्याची क्षमता अभ्यासणे :** या संशोधनामुळे योग्य जाती निवडल्या गेल्या व बांबू लागवडीखालील क्षेत्र वाढले.
६. **अन्य प्रकल्प :** बांबू बोर्ड व मॅट बोर्ड यांच्या उत्पादनक्षमतेचे मूल्यमापन करणे, मोठ्या प्रमाणावरील बांबू शेतीच्या व्यवस्थापनाचे तंत्र विकसित करणे.

चीनमध्ये जाऊन आलेल्या अभ्यासकाची निरीक्षणे

बांबूची लागवड, त्याचे उत्पादन वाढवणे, विविध क्षेत्रात वापर व उपयोगिता वाढवणे अशा सर्वच क्षेत्रांत चीनमध्ये फार मोठ्या प्रमाणावर संशोधन चालू आहे. त्याविषयी बोललेही खूप जाते. परंतु हे तंत्रज्ञान इतर देशातल्या अभ्यासकांना पूर्णपणे दिले जात नाही. तेथील बांबू प्रक्रिया केंद्र, कारखान्यांचे फोटो काढू दिले जात नाहीत.
थोडक्यात, बांबूचा पडदा अजून तेवढाच अभेद्य आहे.

याच काळात चीनमध्ये बांबूच्या विविध जातीतील गुणसूत्रांची नोंद केली गेली. बांबूचे संकरीकरण करण्याचा महत्त्वाकांक्षी प्रकल्प हाती घेतला गेला. बांबूच्या प्रत्येक जातींना एकाच वेळी मोहर येत नाही, हे आपण पाहिले आहे. त्यामुळे हे काम अतिशय कठीण आहे.

परंतु १९९४ मध्ये अशा काही संकरित जाती बनवण्यात चिनी तज्ज्ञ यशस्वी झाले. त्यातून वेगवेगळ्या जातीत पुढील बदल दिसून आला :

१. मातृवृक्षापेक्षा तीन ते चार पट जलद वाढ व भित्तिका मोठी : बांधकामांसाठी योग्य.
२. लांब तंतूचे अधिक प्रमाण व पॅरेनचायमा पेशी पातळ : कागद निर्मिती.
३. टिकाऊपणात वाढ.
४. थंडीला प्रतिकारक्षम : लागवड क्षेत्र वाढू शकते.

हा प्रयोग यशस्वी झाला आहे; पण अद्याप तो व्यवहार्य व मोठ्या प्रमाणावर करता येणारा नाही, असा या तज्ज्ञांचा सध्याचा निष्कर्ष आहे.

भविष्यकाळ

बांबू ही आपली खास ताकद (unique strength) आहे हे चीन सरकारच्या १९७०-८० मध्ये लक्षात आले. त्याचा पुरेपूर वापर करण्यासाठी अतिशय काटेकोर नियोजन केले गेले. साम्यवादी राज्यपद्धतीमुळे वेगाने निर्णय घेणे व त्याची अचूक अंमलबजावणी करणे तिथे शक्य आहे.

आज बांबूला चीनच्या अर्थव्यवस्थेत महत्त्वाचे स्थान आहेच; पण बांबूआधारित अर्थव्यवस्था उभारण्याचा चीनने निश्चय केला आहे. बांबूच्या एकंदर जागतिक उलाढालीत चीनचा वाटा ४०%हून अधिक आहे. तिथे प्रचंड क्षेत्र बांबूखाली आहेच; पण तेवढा बांबूही ५-६ वर्षांनी पुरणार नाही असा त्यांचा अंदाज आहे. त्यामुळे आफ्रिका व इंडो चायना या भागात प्रचंड प्रमाणावर बांबू लागवड करण्यासंबंधी वाटाघाटी सुरू आहेत; तर काही ठिकाणी प्रत्यक्ष काम सुरू झाले आहे.

साम्यवादी राज्यव्यवस्था, चीनचे आक्रमक आर्थिक धोरण याविषयी काहीही बोलणे इथे अस्थानी ठरेल. परंतु आपल्या निसर्गसंपदेचा सुयोग्य वापर आपण करत आहोत का, असा प्रश्न कोणत्याही सजग नागरिकाला नक्की पडेल....

■■

जायंट पांडा

चीन व बांबू या गोष्टींशी अतिशय जवळचा संबंध असलेला, आपल्या सर्वांना ठाऊक असलेला हा प्राणी म्हणजे जायंट पांडा (Ailurppoda malenoleuca). वर्ल्ड वाईड फंड फॉर नेचर (WWF) या जागतिक संस्थेने आपले बोधचिन्ह म्हणून निवडल्यामुळे प्रसिद्ध झाला आहे.

हा प्राणी फक्त चीनमध्येच आढळतो. उंच, डोंगराळ प्रदेशातील बांबूवने हा त्याचा रहिवास. तो फक्त बांबू कोंबावर जगतो. पूर्ण वाढ झालेला पांडा वर्षाला ४५०० किग्रॅ कोंब फस्त करतो!

चीन सरकार त्याच्या संरक्षण-संगोपनासाठी विशेष प्रयत्न करत आहे. त्याच्या आहाराच्या २९ बांबूजातींना संरक्षण दिले गेले आहे. या जातींना एकाच वेळी फुलोरा येतो व त्यानंतर ती बेटे मरतात. यानंतरची काही वर्षे पांडांसाठी घातक ठरतात. या प्रश्नावर काय उपाय योजता येतील यावर मोठे संशोधन चालू आहे.

चीनमधील बांबू उद्योग

श्री. हेमंत बेडेकर

बांबू उद्योग हा शब्दप्रयोग वापरताना नकळत चीन आणि भारत हे देशच डोळ्यांसमोर उभे राहतात. जगभरच्या बांबूनिर्मिती, बांबू साठे व बांबू उद्योग यामध्ये चीन हा प्रथम क्रमांकावर आहे; तर भारत दुसऱ्या. जगभरच्या निर्यातीचा विचार केला तरीही हाच क्रम लागतो. पण जर चलनामध्ये रूपांतर केले तर मात्र आपण चीनच्या तुलनेत नगण्य आहोत. हा फरक का आहे, हे समजून घेणे गरजेचे आहे. भारताने या अतिशय उपयुक्त, लाकडाला पर्याय असलेल्या, निसर्ग संरक्षक, भरपूर हातांना रोजगार देणाऱ्या, निसर्गाने भरभरून दिलेल्या, सर्वत्र विपुलतेने उपलब्ध बांबूचा जर उपयोग केला तर भारताच्या अर्थशास्त्राला चीनप्रमाणेच कलाटणी मिळू शकते. निर्यातक्षम अशा सर्वच गोष्टींच्या निर्मितीसाठी चीनमध्ये प्रोत्साहन दिले गेले. पारंपरिक बांबू यात होताच. त्यामुळे बांबूचा आणखी काय वापर करता येतो यावर तेथील विद्यापीठातून संशोधन सुरू झाले. हे करताना निर्यातयोग्य वस्तुनिर्मिती हेच प्रमुख उद्दिष्ट होते.

सत्तरच्या दशकात चीनमध्ये औद्योगिक सुधारणांचे वारे वाहू लागले. त्याचबरोबर काही प्रमाणात खासगीकरण सुरू झाले. त्यामुळे बांबूची व्यापारी लागवड, जंगलांची व्यापारी लागवड आणि इतर पिके, फळे, औषधी वनस्पती यांचे घाऊक उत्पादन यासाठी विशेष प्रयत्न केले गेले.

साधारणपणे तैवानमध्ये त्याच वेळी बांबूवर प्रक्रिया करण्यासाठी काही यंत्रे निर्माण करण्यात आली. राजनैतिक संबंध प्रस्थापित झाल्यामुळे ही यंत्रे चीनने तिथून आयात केली. चिनी तंत्रज्ञांनी चीनमधील बांबूच्या गुणधर्मांचा विचार करून या यंत्रांमध्ये आपल्याला पाहिजे तसे बदल करून घेतले. अनेक नवीन प्रकारच्या तंत्रज्ञानाचा वापर करून यात समयोचित अशी भर घातली गेली.

यामध्ये लाकडाला उत्तम पर्याय देणे, बांबू कोंब उद्योग विकसित करणे, फर्निचर बनवताना पारंपरिक पूर्ण बांबूबरोबरच प्लायचा वापर करणे, बांबूपासून आणखी कोणत्या निर्यातक्षम वस्तू बनवता येतील यावरील संशोधन या गोष्टींवर भर दिला गेला. हाच बांबू उद्योगाचा परिवर्तन बिंदू ठरला.

याचबरोबर सरकारचे धोरणही बदलत होते. निर्यातक्षम उद्योग हे उद्दिष्ट ठेवून सर्वच क्षेत्रात हे बदल होत होते. त्यामुळे काही प्रमाणात व्यक्तिगत स्वातंत्र्य देण्याबरोबरच सर्व निर्बंध उठवले गेले. परवानेप्रक्रिया सोपी केली गेली. तंत्रज्ञान प्रयोगशाळांत बंदिस्त न राहता शेतकऱ्यांच्या बांधापर्यंत पोहोचवायला शास्त्रज्ञ स्वत: झटू लागले. आकाशवाणी आणि प्रसार माध्यमांनी अप्रतिमपणे काम करून सर्वच

नवीन तंत्रज्ञान, त्याचा उपयोग हे सर्वत्र सोप्या पद्धतीने पोहोचवले. याचे सर्वत्र सकारात्मक परिणाम दिसू लागले. शेती, उत्पादन, पायाभूत सुविधा अशा सर्वच क्षेत्रांत प्रगतीची घोडदौड दिसू लागली. आणि चीनचे जगाच्या बाजारातील अस्तित्व जाणवू लागले. बाजारपेठ काबीज करण्याच्या नादात अनेक पर्यावरणीय प्रश्न उभे राहिले; पण चिनी राज्यकर्त्यांनी त्याकडे हेतपुरस्सर काही काळ दुर्लक्ष केले व अनेक बाजारपेठा काबीज केल्या. आता ते अनेक प्रदूषणासारख्या पर्यावरण-समस्येला सामोरे जात आहेत. उदाहरणार्थ, उद्योगामुळे होणारे पाणी प्रदूषण, रस्ते सुधार योजनेमुळे टाळलेले हवा प्रदूषण इत्यादींचा उल्लेख करावा लागेल. मुळात राजकीय इच्छाशक्ती, प्रयत्नपूर्वक आणि वेगाने पुरवलेल्या पायाभूत सुविधा, नागरिकांची कामसू वृत्ती, संशोधकांची दूरदृष्टी, व देश आणि बाजारपेठ यांची गरज ओळखून केलेले संशोधन, ते संशोधन तळागाळापर्यंत पोहोचवणारे तंत्रज्ञ, आकाशवाणी व इतर प्रसारमाध्यमांचा चोख वापर यांमुळे हे साध्य झाले.

बांबूच्या बाबतीत तर हे सर्व फार वेगाने झाले. उत्पादन व निर्यात यांची गेल्या ४०-५० वर्षांतील आकडेवारी पाहिली तर हे सहज लक्षात येते.

वर्ष	क्षेत्र (लाख हेक्टर्स)
१९७३-१९७६	२९७.९
१९७७-१९८१	३१९.९६
१९८४-१९८८	३५२.३६
१९८९-१९९३	३७९.०८
१९९४-१९९८	४२१.०८
१९९९-२००३	४८४.२६
२००६	७०० पेक्षा जास्त

फक्त बांबूखालचे क्षेत्र नाही वाढले, तर प्रत्यक्ष बांबूंची संख्या आणि त्यातही बांबू कोंबांची लक्षणीय वाढ झाली. बांबू कोंब चिनी माणसाच्या आहारातील फार पुरातन काळापासूनचा एक महत्त्वाचा घटक आहे. त्याचबरोबर जपान व इतर देशांमध्येही बांबू कोंबाला मोठी मागणी आहे, हे विचारात घेऊन योग्य प्रजाती, त्यांचे तुलनात्मक कोंब उत्पादन, त्याची उत्पादन पद्धत, दर हेक्टरी उत्पादनवाढ यावर अभ्यास करून एक उत्पादनपद्धत ठरवली गेली. त्याचे प्रशिक्षण दिले गेले. आणि हे तंत्रज्ञान शेतकऱ्यांच्या बांधापर्यंत पोहोचवले गेले. संशोधक त्यांच्याकडे शेतकरी येण्याची वाट बघत बसले नाहीत. पूर्ण नियोजनबद्ध कार्यक्रम राबवून शास्त्रज्ञ, तंत्रज्ञ,

सरकार, आकाशवाणी आणि नंतर दूरचित्रवाणी, इतर प्रसारमाध्यमे यांनी हे काम चोख बजावले. हे तंत्रज्ञान सर्वदूर पसरले. मग शेतकऱ्यांना हुरूप आला. त्यांनी हे साध्य करून दाखवले. आपल्याकडे हे फक्त हरित क्रांतीच्या काळात घडले. त्यानंतर मात्र आम्ही झोपलो.

बांबू कोंबांचा उत्पादन व व्यापार यांच्या विस्ताराबरोबर बांबू उत्पादन क्षेत्र वाढू लागले. बांबूचा कोंब व बांबू असे दोन्ही भाग औद्योगिक उपयोगाचे असल्याने त्याकडे डोळसपणे पाहून संशोधनाला व तंत्रज्ञान शोधायला चालना मिळाली. बांबू लाकडाला उत्तम पर्याय ठरू शकतो हे जगभरात सिद्ध झाले. पाश्चिमात्य देशांना, विशेषत: शीतोष्ण प्रदेशातील लोकांना लाकडाचे flooring हवे होते. चीनने ते बांबूपासून पुरवले. अनेक पाश्चात्त्य देशांनीही हे स्वीकारले होते.पण त्यांच्याकडे बांबू नव्हता. जंगलतोड थांबवण्यासाठी बांबू हा उत्तम पर्याय आहे हे जगणे स्वीकारले. चीनमधली नैसर्गिक व्यापारी वृत्ती जागृत झाली. त्यांनी बांबूपासून प्लायबोर्ड तयार करून त्याची विक्री करायला सुरुवात केली. त्याची निर्यात सुरू झाली. कारखाने निघाले. यात एक अडचण होती, या कारखान्यांना संपूर्ण बांबू विकत घ्यावा लागे. त्याचा पाहिजे तेवढा भाग वापरात आल्यानंतर सुमारे ५०-६०% बांबू वाया जात होता. त्यामुळे उत्पादनखर्च खूप वाढत होता. शिवाय कारण नसताना अकुशल कामगारांची फौज सांभाळावी लागत होती. यावर उपाय शोधला गेला.

संपूर्ण बांबू या कारखान्यांपर्यंत न आणता बांबूचा हवा तेवढाच भाग आणण्यासाठी त्यावर गाव स्तरावर प्रक्रिया करायला सुरुवात झाली. तिथे उपलब्ध असलेले अकुशल मजूर यासाठी पुरेसे होते. एकूण flooring उत्पादनासाठी लागणारा बांबूचा आवश्यक तेवढाच भाग कारखान्यात आणला जाऊ लागला. यामुळे वाहतूक खर्च, मजुरी, वेळ या सर्वांची बचत होऊ लागली. उत्पादनाला वेग येऊ लागला. व्यापार वाढला. प्रचंड प्रमाणात ग्रामीण भागात रोजगार निर्मिती झाली.

या प्राथमिक प्रक्रिया उद्योगाने (pre-processing units) अनेक नवी दालने उपलब्ध करून दिली. यामधून फक्त flooring उद्योगालाच नाही तर इतर अनेक उद्योगांना कमी दरात कच्चा माल उपलब्ध होऊ लागला. कच्च्या मालाची सहज उपलब्धता व कमी लागलेले मजूर यामुळे उत्पादन मूल्य कमी झाले, वेळ वाचू लागला आणि संपूर्ण बांबू उद्योगाचे चित्रच बदलून गेले.

शेतातला बांबू तोडताना तीन-चार वर्षांचा पक्व बांबू तोडला जातो. नैसर्गिक पीक असल्याने एकसारख्या जाडीचे, लांबीचे, प्रकारचे बांबू तयार होत नाहीत. तोडलेल्या बांबूमधून विविध उद्योगाला उपयोगी पडतील असे भाग शोधावे लागतात.

बांबूच्या जमिनीवरील व जमिनीखालील जवळपास सर्वच भागांचा विविध

कारणांसाठी वापर केला जाऊ शकतो. आजमितीला चीनमध्ये यापैकी ८०% भाग वापरले जातात. पुढील काही वर्षांत हा वापर ९०% च्या पुढे जाऊ शकेल असा विश्वास चिनी शास्त्रज्ञांना वाटतो. उरलेला १०% भाग हा बांबूतील पाणी आणि प्रक्रिया करताना हवेत जाणारे धूळसदृश बांबूचे सूक्ष्म कण असतात.

बांबू प्राथमिक प्रक्रिया उद्योग काय आहे हे आता समजून घेऊ.

जंगलातील अथवा लागवडीचा बांबू तोडून त्याची वाहतूक नजीकच्या काही किमी परिसरात प्राथमिक प्रक्रिया केंद्रावर केली जाते. या केंद्रावर त्याचे वजन करून तो उतरवून घेतला जातो.

त्यानंतर त्याची वर्गावारीने कापणी होते. यासाठी टेबल सॉच्या साहाय्याने कापणी केली जाते. जास्त व्यासाची व वाकडीतिकडी वाढणारी पेरे प्रथम कापून वेगळी काढली जातात. त्यानंतर समान जाडीनुसार त्याचे ठरावीक लांबीचे तुकडे केले जातात. हे करताना कोणत्या कारखान्याला काय प्रकारचा व किती लांबीचा कच्चा माल पाहिजे याचा विचार केला जातो. साधारणपणे ६' ते ८' हे तुकडे असतात. त्यांची वर्गवारी केली जाते.

वरील निमुळता होणारा बांबू हा वेगळा काढला जातो.

हे सारख्या लांबीचे तुकडे पुढील बांबूच्या कामट्या करणाऱ्या स्प्लिटर यंत्राकडे पाठवले जातात व त्याच्या बांबूच्या व्यासानुसार कामट्या काढल्या जातात. बांबूच्या नैसर्गिक रचनेमध्ये त्यावर पेरे असतात. ही पेरे म्हणजेच गाठी साफ कराव्या लागतात. अन्यथा त्याचा वापर करणे अवघड होते. म्हणून मग यापुढील प्लेनरमधून पेरे साफ करून या कामट्या एकसारख्या जाडीच्या केल्या जातात.

यानंतर त्यांचे रूपांतर एक चटई विणण्याच्या पट्ट्या किंवा पडदे करण्यासाठीच्या काड्यात केले जाते. हे करण्यासाठी स्लाइसर नावाचे यंत्र वापरले जाते.

बांबू कापण्यापासून ते अशा पट्ट्या किंवा काड्यांमध्ये रूपांतर होताना भरपूर भुसा तयार होत राहतो. हा भुसा या सर्व मशीनखालून योजलेल्या पट्ट्यावरून (conveyer belt) बाहेर उभ्या असलेल्या ट्रकमध्ये आपोआप पाठवला जातो. प्राथमिक प्रक्रियेतला हा टाकाऊ पदार्थ पार्टिकल बोर्ड किंवा ब्रिकेट तयार करणाऱ्या कारखान्यांना कच्चा म्हणून पुरवला जातो.

या पट्ट्या किंवा काड्या जुळवून त्यांचे पुढील प्रक्रियेसाठी गठ्ठे बांधले जातात. यावर आता टिकाऊपणासाठी रासायनिक प्रक्रिया करायची असते. त्यासाठी ठरावीक आकाराचे स्टेनलेस स्टीलचे हौद तयार केलेले असतात व त्यात ठरावीक तीव्रतेचे हायड्रोजन पेरोक्साईडचे उकळते द्रावण वापरले जाते. या द्रावणात या पट्ट्या ठरावीक काळ बुडवल्या जातात. त्यानंतर त्या थंड करणे व वाळवणे ही क्रिया ऊन आणि

वारा या नैसर्गिक साधनांचा वापर करून केल्या जातात. पुढील कारखान्याची रंगीत पट्ट्यांची मागणी असल्यास त्याप्रमाणे त्यावर प्रक्रिया केली जाते.

या वाळवलेल्या पट्ट्या व काड्या पुन्हा जुळवून त्यांची प्रतवारी लांबी व वजन यानुसार गठ्ठे बांधून व्यवस्थित वेष्टणात गुंडाळून विक्रीसाठी तयार केल्या जातात.

बांबू तोडणी हंगाम जुलै ते एप्रिलपर्यंत चालतो. यासाठी हिरवा ताजा तोडलेला बांबू वापरला जातो. तोडणी ते प्रक्रिया यामध्ये जास्तीत जास्त ४८ ते ७२ तासांचा वेळ जाऊ शकतो. एकट्या अंजी तालुक्यात असे सुमारे ४५० कारखाने आहेत. या कारखान्यांमध्ये रोज ५० टन ते ३५० टन बांबूवर प्रक्रिया केली जाते. त्यामुळे प्लाय, तुळया किंवा टाईल्स तयार करणाऱ्या कारखान्यांना कच्च्या मालाची कमतरता भासत नाही. यातील अनेक कारखाने प्राथमिक प्रक्रिया कारखान्यांना मशिनरी घेणे व मजुरी यासाठी आर्थिक पाठबळ देतात. यामुळे त्यांना कच्च्या मालाची हमी मिळते व शेतकऱ्यांना त्यांच्या गावात रोजगार मिळतो. भुसा विकून मिळणारे उत्पन्न ही आणखी जमेची बाजू असते.

बऱ्यापैकी कमी झालेला वाहतूक खर्च, पाहिजे तसा, पाहिजे तेवढाच प्रक्रिया केलेला कच्चा माल, खेड्यातच असलेल्या कारखान्यामुळे उपलब्ध झालेला रोजगार, सर्व टाकाऊ पदार्थांचा पुनर्वापर आणि या सर्वांमुळे वाचलेला खर्च, या सर्वांचा एकत्रित परिणाम म्हणून तुलनात्मक कमी दरात उपलब्ध होणारा विक्रीयोग्य माल आणि परकी चलनाची आवक हे देशाच्या अर्थव्यवस्थेला पुढे नेण्यासाठी उपयुक्त ठरतात.

या प्राथमिक प्रक्रिया उद्योगांच्या उभारणीमुळे नवनवीन पदार्थांची निर्मिती करायला चालना मिळाली. त्यामुळे फर्निचर, प्लाय, तुळया अशा काही वर्षांपूर्वीपासून चालू असलेल्या उत्पादनाबरोबरच ब्रिकेट (कच्चा कांडी कोळसा), औद्योगिक वापरासाठीचा activated carbon, पार्टीकल बोर्ड, बांबूच्या पानांचा औषधात व मद्य उद्योगात केलेला वापर, बांबूच्या फांद्यांचा वापर करून केलेले परकीय चलन मिळवून देणारे झाडू, vineer play वापरून बनवलेल्या सायकलींपासून ते छोट्याछोट्या हस्तकला वस्तू अशा असंख्य वस्तुनिर्मितीतून मिळणारे परकीय चलन व व्यापार यामुळे बांबू उत्पादन, उद्योग व व्यापार चीनच्या अर्थव्यवस्थेचा अविभाज्य भाग बनला आहे.

याच वेळी चीनने आपला पारंपरिक बांबू कोंब प्रक्रिया उद्योग आधुनिक तंत्रज्ञान आणि संशोधन करून वाढवला. प्रचंड मोठे उद्योग स्थापन केले. आज जगामध्ये उपलब्ध असलेल्या प्रक्रियायुक्त बांबू कोंबांच्या व्यापारात चीनच्या बरोबरीने कोणीही नाही.

अशा प्रकारे आपल्या देशामधील उपलब्ध प्रजातीच्या साहाय्याने चीनचा आधार व मदत घेऊन बांबू उद्योग मोठा करण्याची स्वप्ने पाहत व्हिएतनामसारखा देश पुढे येतो आहे, काही आफ्रिकी देशांनीही यासाठी चीनचे साहाय्य घेतले आहे.

भारतासारख्या बांबू उत्पादनात दुसरा क्रमांक असलेल्या, भरपूर प्रजातींचे वैभव लाभलेल्या देशाला अशी प्रगती करणे सहज शक्य आहे. त्यासाठी कामसूपणा, राजकीय इच्छाशक्ती, व्यापारी वृत्ती, संशोधनाला चालना, तंत्रज्ञानाचा सुयोग्य वापर व उद्योगपतींचे लक्ष या गोष्टी गरजेच्या आहेत.

बांबूच्या सुबक वस्तू

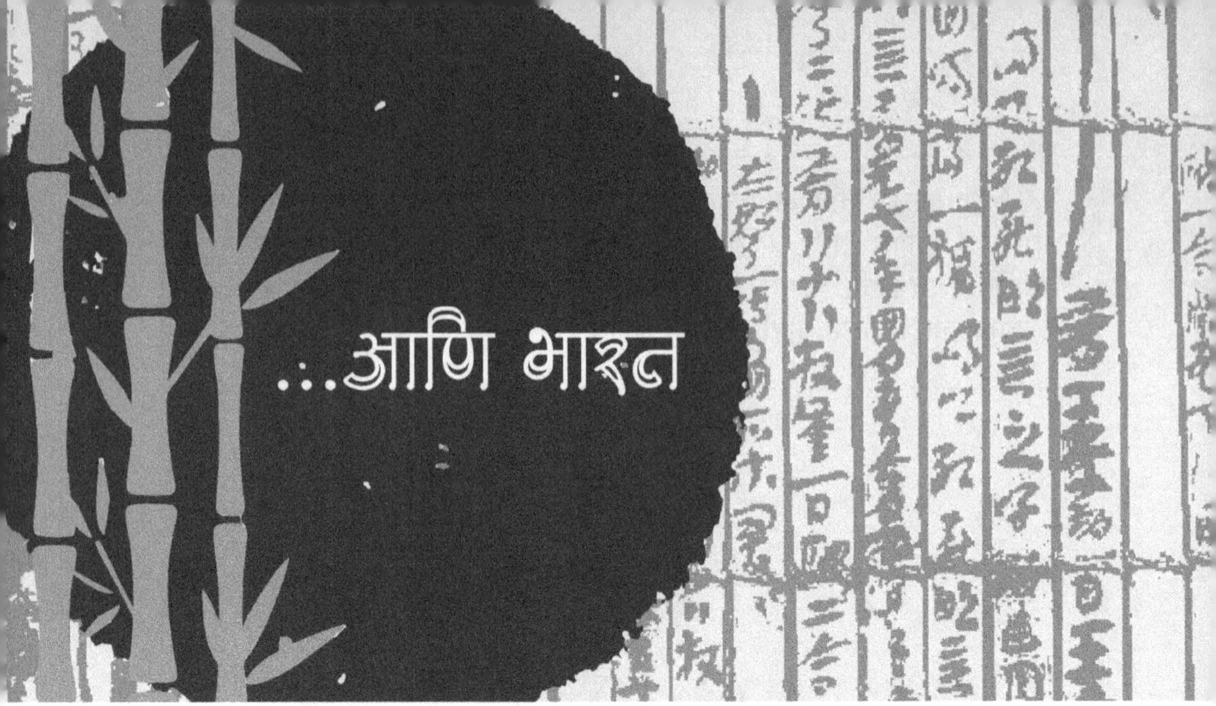

...आणि भारत

आपल्या देशात बांबूचा वापर काही हजार वर्षे होतो आहे हे सांगायची गरज नाही. वीणा व वेणू या दोन वाद्यांचा उल्लेख संबंधित प्रकरणात आलाच आहे. अगदी प्राचीन बुद्धकालीन स्तूप व मुगलकालीन ताजमहाल हे दोन्हीही घुमटाकृती आहेत. त्यासंबंधी बांबू महर्षी लोपेझ हिडाल्गो यांचे म्हणणे रंजक आहे. ते थोडक्यात असे :

पूर्वी छपराच्या सांगाड्यासाठी बांबूचा वापर करत. कालांतराने त्याचा आकार आडव्या महिरपी कंसासारख्या (⌒) बनला. त्यातूनच घुमटाचा उगम झाला. तसेच ईशान्य भारत आणि हिमालयात ६०० फूट लांबीपर्यंत बांबूचे पूल सुमारे हजार वर्षांपूर्वीपासून बांधले जात.

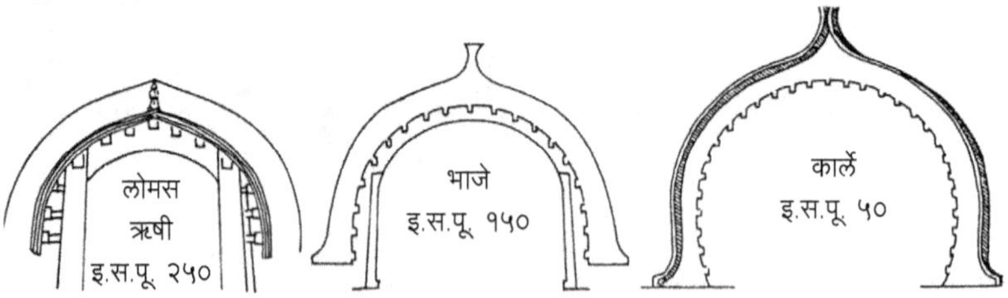

बांबूपासून बनवलेले घुमटाकृती स्तूप

घरगुती वापराबाबत बोलायचे झाले, तर मध्यमवयीन वाचकांना बांबूपासून बनवलेल्या पन्नासएक वस्तूंची (सूप, रोवळी, टोप, टोपली, धुण्याची काठी इत्यादी) नावे सहज आठवतील; तर ग्रामीण भागात आजही बांबूशिवाय पान

ईशान्य भारतातील ६०० फूट लांबीचा बांबू पूल

हलत नाही असे म्हणता येईल. शेती, पशुपक्षीपालन, बागायती, मासेमारी, वाहतूक यांसाठी आजही बांबूला पर्याय नाही.

एवढी जुनी परंपरा असूनसुद्धा मध्ययुगात चीन वा जपानप्रमाणेच भारतात बांबूबाबत काहीच नवीन घडले नाही. नवे तंत्रज्ञान, वापर वा प्रक्रिया शोधल्या गेल्या नाहीत. जातिव्यवस्थेमुळे आलेला पराकोटीचा साचलेपणा हे त्याचे प्रमुख कारण असावे.

नंतर ब्रिटिश सत्ता भारतात स्थापन झाली. वने-जंगले यांची मालकी स्थानिक लोक, आदिवासी यांच्याकडून हिसकावून घेण्यात आली. अनेक सहृदय, तळमळीच्या ब्रिटिश अधिकाऱ्यांनी आपल्या येथील निसर्गसंपदेच्या शास्त्रशुद्ध अध्यापनाची सुरुवात केली हे खरे आहे; पण एक सत्ता म्हणून त्यांचा उद्देश येथील साग आदी बहुमोल झाडांपासून पैसा कमावणे एवढाच होता. युरोपीय असल्यामुळे बांबूची बहुविधता आणि उपयोग यांची त्यांना जाणीव नव्हती.

जगभरात बांबूच्या शास्त्रीय (युरोपीय) अभ्यासाला खूप उशिरा सुरुवात झाली. त्याची अनेक कारणे आहेत. त्यातील एक कारण गमतीशीर आहे. डोंगराळ भागात केल्या जाणाऱ्या फिरत्या शेतीविषयी (Shifting culture) माहिती अन्यत्र आली आहे. अशी राने जाळल्यावर (वा तेथील वृक्षतोड झाल्यावर) तेथील बहुवर्षीय वृक्ष नाहीसे होत. पण काही वर्षांत तिथे बांबूची बेटे तयार होत. त्यामुळे सुरुवातीच्या (ब्रिटिश) अभ्यासकांचा बांबू हे उपद्रवी तण आहे असाच समज झाला.

कालांतराने परिस्थिती बदलली १९०३ च्या आसपास भारतातील बांबू जाती-प्रजातींचे नामकरण वर्गीकरण सुरू झाले. डेहराडून येथे 'वन संशोधन संस्था' (Forest Research Institute) स्थापन झाली. आधी प्रायोगिक व नंतर व्यावसायिक पातळीवरील बांबूपासून कागद निर्मितीचे तंत्र याच संस्थेने विकसित केले.

केरळमध्ये आर्थिकदृष्ट्या महत्त्वाच्या जाती निसर्गत: आहेत. बांबूआधारित कुटिरोद्योगाची

तिथे जुनी परंपरा आहे. घराभोवती बांबू वाढवण्याची तिथे जुनी पद्धत आहे. पहिल्या व दुसऱ्या महायुद्धात सैन्याच्या वेगवेगळ्या वापरांसाठी फार मोठ्या प्रमाणावर चटयांची गरज भासू लागली. त्यामुळे केरळमध्ये हा मोठा उद्योग तयार झाला. सुमारे तीन लाख लोक त्यावर अवलंबून होते असा अंदाज आहे. नंतर स्वतंत्र भारतात धान्य साठवण्यासाठी मोठमोठी गोदामे उभी राहू लागली. त्यासाठीची चटयांची गरज केरळनेच भागवली.

स्वातंत्र्यानंतर : स्वयंपूर्ण, समृद्ध खेडी उभी राहावीत असे महात्मा गांधींचे स्वप्न होते. त्याला अनुसरून खादी व ग्रामोद्योग आयोगाची स्थापना करण्यात आली. बांबूची सुप्त क्षमता (Potential) हेरून आयोगाने श्री. कल्लापूर यांच्या नेतृत्वाखाली एक शिष्टमंडळ बांबू उद्योगाच्या पाहणीसाठी जपानमध्ये पाठवले. तेथील त्यांची निरीक्षणे 'जपान' या प्रकरणात आली आहेत. या अभ्यासावर आधारित काही चांगल्या मार्गदर्शक पुस्तिकांची आयोगाने तेव्हा निर्मिती केली.

१९५०-१९८० हा काळ सर्व जगातच बांबूच्या पिछेहाटीचा होता असे म्हटले पाहिजे. औद्योगिकीकरण व त्यासाठी आधुनिक तंत्रज्ञान वापरणे हा सर्व समस्यांवरचा रामबाण उपाय आहे अशी धारणा बहुधा तेव्हा सर्वच विकसित देशांची असावी असे आज वाटते. त्यातून बांबू ही तेव्हाच्या विकसनशील, अविकसित (आशिया, दक्षिण अमेरिका) प्रदेशातील निसर्गसंपत्ती! युरोप, उत्तर अमेरिकेतील राज्यकर्ते, धोरण आखणारे यांना त्याचे काय सोयरसुतक असणार?

भारतातही हेच घडत होते. केरळमध्ये मसाल्याची पिके, रबर, कॉफी इत्यादींची मोठी लागवड होऊ लागली. त्यासाठी बांबू वनांवर कुऱ्हाड पडली. बागायती पिकांच्या पाण्यासाठी धरणे बांधली गेली. त्यामुळे मोठा वनाच्छादित भूभाग पाण्याखाली गेला. (सायलेंट व्हॅली धरणाबद्दल वाचकांना माहिती असेल.)

त्यामुळे बांबूचे दुर्भिक्ष जाणवू लागले. परंपरागत लाखो कारागीर बेकार बनले. यातूनच केरळ बांबू कॉर्पोरेशनची स्थापना झाली. आजही भारतातील बांबूसंबंधित संशोधन मुख्यत: केरळमध्येच चालू आहे.

१९८० नंतर : या सुमारास जगभरात पर्यावरणाचा प्रश्न ऐरणीवर आला. नाना प्रकारचे प्रदूषण, तापमान वाढ, टोकाचे शहरीकरण, त्यातून उद्भवलेल्या समस्या जगाला भेडसावू लागल्या. सद्य आर्थिक-औद्योगिक प्रतिमानाविषयी (model) चर्चा-विरोध सुरू झाला. सॉफ्ट टेक्नॉलॉजी, पर्यावरणस्नेही जीवनशैली, पारंपरिक शहाणपणा (बुद्धिमत्तेऐवजी) यांचे मोल विचारवंतांना समजून आले. त्या आधारावर अनेक चळवळी, प्रयोग सुरू झाले. चीन, दक्षिण अमेरिका, इंडो-चायना येथे बांबू लागवड, वापर, प्रक्रिया यावर मोठ्या प्रमाणात संशोधन सुरू झाले.

आपल्या येथे मात्र लक्षणीय अशा दोनच घटना या काळात बांबूच्या संदर्भात घडल्या असे म्हटले पाहिजे. पहिली म्हणजे इंडियन प्लायवूड रिसर्च अँण्ड ट्रेनिंग इन्स्टिट्यूट या संस्थेची

बंगळुरु येथे स्थापना झाली. बांबूपासून फळी व मॅट बोर्ड बनवण्याचे प्रशिक्षण द्यायला तिथे सुरुवात झाली.

इंडस्ट्रिअल डिझाइन सेंटर : दुसरी लक्षणीय घटना म्हणजे आयआयटी, पवई या नाम वंत संस्थेतील प्रा. राव याचे लक्ष बांबूकडे वेधले गेले. त्याच्या वापरातील विकासासाठी स्वतंत्र विभाग इंडस्ट्रिअल डिझाइन सेंटर स्थापन केला गेला (त्यांच्या कार्याचा परिचय पृष्ठ क्र.११६-११७ वर करून दिला आहे)

परंतु हे प्रयत्न अपुरे पडले असावेत असे म्हटले पाहिजे. कारण बांबूआधारित उद्योग, त्याच्या वस्तूंचा दर्जा व वापर वा त्यावर अवलंबून असणाऱ्या कारागिरांचे जीवनमान यात कोणताच फरक पडल्याचे दिसत नाही. बांबूसंदर्भात शासकीय उदासीनतेचे एक कारण, त्याखाली सर्वात जास्त क्षेत्र ईशान्य भारतात आहे; व आत्तापर्यंत तो भाग बाकी देशाशी दळणवळणदृष्ट्या चांगला जोडलेला नव्हता हे असावे.

फॉरेस्ट मॅन ऑफ इंडिया

याच काळात आसामच्या श्री. पायेंग यांना वृक्षारोपणाची तळमळ निर्माण व्हावी, हा योगयोग समजावा का?

ब्रह्मपुत्रेमधील माजुली हे दीड लाख लोकसंख्या असणारे विशाल बेट. १९७९ मध्ये फक्त सोळाव्या वर्षी श्री. जडाव मोलाई पायेंग यांनी वनीकरणाचा वसा घेतला. शिक्षण, गाव सोडून ते जंगलातच राहू लागले. नंतर पत्नी व तीन मुलांनी त्यांना साथ दिली.

३५ वर्षांत त्यांनी एकहाती १३६० एकरचे जंगल निर्माण केले आहे. त्यातील ७५० एकर फक्त बांबूचीच लागवड आहे. अनेक वन्य प्राणी आता तिथे सुखाने नांदत आहेत.

मॅगसेसे, पद्मश्री पुरस्काराने त्यांना सन्मानित केले गेले आहे. तसेच 'द मोलाई फॉरेस्ट', 'द फॉरेस्ट मॅन' असे अनुबोधपट त्यांच्यावर बनवले गेले आहेत.

(डॉ. शेखर घाटे यांच्या लेखावरून)

बांबूचा भारतातील विस्तार

भौगोलिक विभाग	प्रजाती	जाती
ईशान्य भारत	१६	६०
वायव्य भारत	५	१४
गंगा-यमुना खोरे	४	८
पठारी प्रदेश व पश्चिम घाट	८	२४
अंदमान निकोबार बेटे	६	७
	३९	११३

जातीनुसार हा विस्तार (१) डेंड्रोकलॅमस स्ट्रीक्ट्स ४५% (२) मेलोकन्ना बासिफेरा २०% (३) बांबूसा बांबोस १३% (४) डेंड्रो. हॅमिल्टोनी ७% (५) बांबूसा टुलडा ५% (६) बांबूसा पॉलिडा ४% (७) अन्य ६% असा आहे.

भारतातील बांबूसंपदेपैकी ईशान्य भारताचा वाटा केवढा मोठा आहे, हे यावरून आपल्या लक्षात येईल. भारतातील बांबूखालील क्षेत्रापैकी २८% क्षेत्र त्या भागात आहे, तर एकूण उभ्या बांबूपैकी (stock) तब्बल ६८% तिथे एकवटला आहे. या खालोखाल मध्य प्रदेश व छत्तीसगढ ही राज्ये आहेत. तेथील एकत्रित आकडेवारी अनुक्रमे २०% व १२% अशी आहे.

ईशान्य भारत

राज्य	एकूण क्षेत्रफळ (चौकिमी)	वनक्षेत्र (चौकिमी)	बांबू प्रजाती	जाती
अरुणाचल प्रदेश	८४७४३	३३९०	१४	४१
मणिपूर	२२३२७	३६९१	९	२०
मिझोराम	२१०८७		७	१५
त्रिपुरा	१९४९२	२३९७	५	१३
मेघालय			१४	३६
नागालँड			११	२३
आसाम			१३	३३

आसाम सोडता हा सर्व भाग दुर्गम, डोंगराळ आहे. सखल जमीन कमी आहे. डोंगर जाळायचा, तिथे १-२ वर्षे शेती करायची, तिथला कस कमी झाल्यावर जागा बदलायची अशी फिरती शेती तिथे पूर्वापार केली जाते. जाळलेल्या भागात दोनचार वर्षांत पुन्हा बांबू वाढू लागत. तेथील आदिवासी जमातींसाठी बांबू हे महत्त्वाचे संसाधन आहे. त्याचे एकूण क्षेत्र बदलत नसे.

मात्र, पुढील काळात लोकसंख्या वाढ, शहरीकरण, त्यासाठी जंगलतोड, वणवे लावणे, कागद गिरण्या-प्लायवूड यासाठी बांबूची प्रचंड तोड झाली. स्थानिक कारागिरांना बांबू मिळेनासा झालाच; शिवाय पर्यावरणाचे गंभीर प्रश्न निर्माण झाले.

याच काळात इष्टापत्ती म्हणावी अशी घटना घडली. भारतीय वनखात्यातील काही सुज्ञ व अभ्यासू अधिकाऱ्यांच्या लक्षात आले की, नजिकच्या काळात या भागातील मेलोकन्ना बॅसिफेरा या जातीला मोहर येणार आहे. बांबूला मोहर येण्याविषयी माहिती आपण घेतली आहे. येथे काही लाख हेक्टरमधील बांबू नाहीसा होणार होता. पुढील पाचसात वर्षे तरी स्थानिक लोकांना बांबू वापरायला मिळणार नव्हता. आणखी महत्त्वाची गोष्ट म्हणजे, काही लाख टन बांबू वाळण्यापूर्वी वा वाळल्यावर वापरला नसता, तर देशाची मोठी आर्थिक हानी झाली असती.

सर्वेक्षण

बहुधा भारतात प्रथमच बांबू वापराबद्दल सर्वेक्षण व माहिती बांबू मिशनतर्फे गोळा करण्यात आली. त्यानुसार वापरलेल्या बांबूपैकी १७% हस्तोद्योगासाठी, २०% कागद निर्मितीसाठी, २४% इमारतीच्या पराती/पहाड यासाठी, ९% वैयक्तिक वापरासाठी (internal consumption) तर चक्क १३% बांगला देश व ब्रह्मदेश यामध्ये बेकायदेशीर रीत्या पाठवला जातो. म्हणजे त्याचे 'स्मगलिंग' केले जाते.

पण यातली खरी गोम पुढेच आहे. उपलब्ध बांबूपैकी ८३% बांबूचा वापरच केला जात नाही. तो निव्वळ सडून जातो. भारतातील बहुतेक बांबू वनखात्याच्या क्षेत्रात आहे. मोठे क्षेत्र व तोकडे मनुष्यबळ, जुनाट यंत्रणा यामुळे त्यांना अनेक मर्यादा आहेत. तरीही या ८३% बांबूच्या वापरामधून रोजगारनिर्मिती व पर्यावरण या दोन क्षेत्रांत केवढा मोठा बदल घडू शकतो याची कल्पना वाचकांना करता येईल.

बांबू मिशन : सुदैवाने सरकारी यंत्रणांना या निमित्ताने बांबूचे महत्त्व लक्षात आले. तत्कालीन वनमंत्री श्री. सुरेश प्रभू यांनी पुढाकार घेऊन बांबू उद्योगाच्या सर्वांगीण विकासासाठी महत्त्वाकांक्षी, दीर्घकालीन योजना तयार केली. २००२ मध्ये 'नॅशनल बांबू मिशन' ही संस्था स्थापन करण्यात आली.

बांबू मिशनची दीर्घकालीन उद्दिष्टे पुढीलप्रमाणे आहेत :

१. दोन दशलक्ष हेक्टर एवढ्या क्षेत्रावर नवीन बांबू लागवड करणे
२. बांबू रोपवाटिका, लागवड व रोपे वाहतूक यांच्या तंत्रात सुधारणा करणे
३. बांबू वस्तुनिर्मितीच्या तंत्रज्ञानात विकास व प्रमाणीकरण करणे
४. बांबूआधारित हस्तकलांचा विकास व त्यासाठी प्रशिक्षण देणे
५. या वस्तूंचा व्यापार व विक्री यांचे तंत्र सुधारणे
६. प्लायवूड संदर्भातील बांबूविषयक संशोधन आणि
७. वरील उद्योग-व्यवसायांसाठी उपयुक्त अशा १५ बांबू जातींचा समग्र अभ्यास व संशोधन करणे.

वनसंशोधन संस्था, डेहराडून, केरळ वनसंशोधन संस्था, अरुणाचल प्रदेश वनसंस्था, आयआयटी, पवई व इंडियन प्लायवूड रिसर्च, बंगळुरु या संस्था या प्रकल्पात सहभागी आहेत. एकूण २,६०० कोटी रुपयांची भरीव तरतूद करण्यात आली.

संस्थेच्या संकेतस्थळावर १-७-२०१५ पर्यंतची माहिती मिळाली ती अशी :

१. ३.३६ लक्ष हेक्टर क्षेत्रावर नवी बांबू लागवड झाली.
२. ८० हजार हेक्टर क्षेत्रावरील बांबू बेटांची निगा राखून दर्जा सुधारण्यात आला; तर ८ लाख ५० हजार हेक्टर क्षेत्रावर रोग/कीड प्रतिबंधक उपाय योजण्यात आले.
३. केवळ बांबूसाठीच्या नवीन १५०० रोपवाटिका उभारण्यात आल्या वा रोपवाटिका

उभारण्यासाठी मदत करण्यात आली. त्यापैकी तीन उती संवर्धन तंत्राच्या आहेत.

४. राष्ट्रीय ते जिल्हा पातळीपर्यंत चर्चासत्रे, परिसंवाद, प्रदर्शने, प्रशिक्षण शिबिरे अशा वेगवेगळ्या स्वरूपाचे ७००हून जास्त कार्यक्रम आयोजित करण्यात आले.
५. वनखात्यातील १३ हजार कर्मचारी व ७० हजार शेतकऱ्यांना बांबू लागवड, तोड, निगा यासाठी प्रशिक्षण देण्यात आले.
६. बांबू वापर व तंत्रज्ञान यासाठी ७० संस्थांना भरीव आर्थिक साहाय्य करण्यात आले.
७. बांबूचे १४० घाऊक बाजार व वस्तूंची ४४ विक्री दालने सुरू करण्यात आली.

सेंटर फॉर बांबू रिसोर्सेस अॅन्ड टेक्नॉलॉजी (सिबार्ट) : आंतरराष्ट्रीय इनबार या संघटनेतर्फे ही संस्था २००२ मध्ये दिल्लीत स्थापन करण्यात आली. बांबू लागवड व उद्योग यांच्याद्वारे ग्रामीण भागातील पर्यावरणाचे रक्षण करणे, स्थानिकांना उपजीविकेची हमी देणे व त्यांचा आर्थिक विकास घडवून आणणे हे संस्थेचे उद्दिष्ट आहे. मोठ्या प्रमाणावर बांबूची उपलब्धता व वस्तू निर्मितीची परंपरा असणाऱ्या राज्यांमध्ये संस्थेने प्रथम काम करायचे ठरवले व मणिपूर, त्रिपुरा, उत्तरांचल व ओडिशा या राज्यांची निवड केली.

विविध वस्तूंची नवनवीन डिझाईन्स तयार करून कारागिरांना पुरवणे, अशा वस्तू बनवण्यासाठीचे तंत्रज्ञान व उपकरणे पुरवणे व या वस्तूंची विक्री- विपणन (marketing)साठी साहाय्य करणे असे संस्थेच्या कामाचे स्वरूप आहे. यासाठीच्या आवश्यक भांडवलाचा अर्धा वाटा 'सिबार्ट चा असतो; तर बाकी रक्कम केंद्र व राज्य सरकार पुरवते.

मणिपूर राज्यात संस्थेने काही अभिनव उपक्रम राबवले. सर्वप्रथम बांबूची वने (शेतीसाठी वगैरे) जाळली जाऊ नयेत यासाठी स्थानिक लोकांमध्ये जागृती निर्माण करण्यात आली. सभासदांसाठी बांबूच्या वस्तू बनवण्याची स्पर्धा आयोजित करण्यात आली. सर्व स्पर्धकांना (केवळ विजेत्यांना नव्हे!) आधुनिक उपकरणांचा संच भेट देण्यात आला.

राज्यात टामेनलोन्ग येथे बांबूचा कोळसा वापरून चालणारा वीजनिर्मिती संच उभारण्यात आला आहे. त्यापासून १०० किलो वॅट वीज बनवली जाते. दुर्गम, लोकवस्ती कमी असलेल्या भागात वीज पोहोचवणे खूप खर्चीक पडते. वीज गळतीही मोठ्या प्रमाणावर होते. अशा प्रदेशांसाठी हा मोठा आशेचा किरण ठरू शकतो.

वनाधिकार कायदा २००६

आपले पर्यावरण व ग्रामीण रोजगारनिर्मिती या दृष्टीने हा कायदा अमलात येणे ही खरोखर महत्त्वाची बाब आहे. त्याद्वारे स्थानिक रहिवासी व आदिवासी यांचा वनांचे व्यवस्थापन व त्यातून मिळणारे उत्पन्न यावरील हक्क सरकारने मान्य केला. या संदर्भात 'लेखामेंढा' या गडचिरोली जिल्ह्यातील छोट्याशा गावाचे नाव आपल्याला ठाऊक असेलच. वनाधिकार कायदा जर खरोखर योग्य पद्धतीने राबवला गेला, तर किती आमूलाग्र फरक पडू शकतो, याचे लेखामेंढा हे स्फूर्तिदायक उदाहरण आहे. *(लेखामेंढाविषयी सविस्तर परिशिष्टात पाहा.)*

केरळ

या राज्यातील बांबू वापर व बांबूआधारित उद्योग व्यवसायांविषयीची माहिती या प्रकरणात आधी आलीच आहे. केरळ वनसंशोधन संस्था, पिची ही भारतातील या क्षेत्रातील अग्रगण्य संस्था आहे. तिची स्थापना १९७३ मध्ये करण्यात आली. बांबू या विषयातील संशोधनात्मक वा माहिती देणारी अशी अनेक पुस्तके संस्थेने आजपर्यंत प्रकाशित केली आहेत. *(परिशिष्टामध्ये त्यांची माहिती दिली आहे. संशोधक इच्छुकांनी त्यांचा जरूर वापर करावा.)*

१९८८ मध्ये संस्थेतर्फे तिसऱ्या जागतिक बांबू परिषदेचे आयोजन करण्यात आले; तर पुढील वर्षी पिची येथे भारतातील पहिल्या बांबू माहिती केंद्राची स्थापना करण्यात आली. राज्यात संस्थेतर्फे अनेक बांबू उद्यानांची उभारणी करण्यात आली आहे. अनेक बांबू जातींचे, विशेषत: लव्हाळे (Reeds) सदृश्य जातींचे संवर्धन व अभ्यास तिथे केला जातो.

'उरावू' (Uravu) ही केरळमधील स्वयंसेवी संस्था मोलाचे काम करते आहे. स्थानिक कारागीर, महिला बचत गट यांच्यातर्फे विविध वस्तूंची निर्मिती, विक्री केली जाते. संस्थेने राज्यात अनेक गावांत सुविधा केंद्रे (Common Facility Centre) उभारली आहेत. तिथे आवश्यक अशी उपकरणे, यंत्रे असतात. संस्था नवनवीन डिझाइन बनवणे व विक्रीला साहाय्य करणे ही कामे करते. बांबूची मोठी पेरे वापरून सहज करता येणारा थर्मास, जेवणाचा डबा, भात शिजवायचे पारंपरिक भांडे अशा अनेक वस्तू संस्थेच्या वेबसाईटवर अवश्य बघाव्यात अशा आहेत.

तात्पर्य : बांबूखालील क्षेत्र व बांबूच्या जाती/प्रजाती या दोन्हींमध्ये आपला देश चीनच्या खालोखाल आहे. कोणकोणत्या दृष्टिकोनातून बांबू लागवड/वापर वाढणे आवश्यक आहे याची पुनरुक्ती करण्याची येथे गरज नाही. काही सरकारी स्वयंसेवी संस्था, व्यवसाय तळमळीने काम करत असले, तरी आवश्यकता व क्षमता (potential) या दोन्ही पातळ्यांवर ते अतिशय अपुरे आहेत, हे दुर्दैवी वास्तव आहे.

बांबू वापर व संशोधनाचा इतिहास पाहिला तर असे दिसून येते की आपण जगाच्या मागे साधारण ३०-४० वर्षे आहेत. उदाहरणार्थ, १९४०-४५ मध्ये जपानने बांबू कोळसा बनवण्याचे तंत्रज्ञान शोधले. ते आपण १९७५ मध्ये वापरू लागलो; तर प्लायवूडसाठी बांबूचा वापर (बांबू मॅट) चीनमध्ये (व तैवान, थायलंड व व्हिएतनाम अशा तेव्हाच्या अप्रगत देशांमध्येही) १९४० पासून केला जातो. या क्षेत्रात काम करणारी पहिली सरकारी संस्था १९८३ मध्ये स्थापन झाली.

चीनमध्ये १९८० नंतर बांबूविषयक संशोधन वेगाने सुरू झाले. थोडे उपरोधाने (व अर्थात आशेनेही) असे म्हणावेसे वाटते, की आपल्याही देशात बांबूला (व अर्थातच सर्व संबंधित घटकांना) चांगले दिवस येण्याची वेळ जवळ आली असावी!

■■

महाराष्ट्र

आपल्या राज्यातील बऱ्याच भागांत बांबू निसर्गत: वाढतो. त्यामध्ये मेस, माणगा, कळक, चिवा अशा महत्त्वाच्या जाती आहेत. भारतामध्ये बांबूखालील क्षेत्र महाराष्ट्रात तिसऱ्या क्रमांकाचे आहे. एकूण देशाच्या क्षेत्रापैकी १०% व उभ्या बांबूपैकी ५% महाराष्ट्रात आहे. आनंदाची व अभिमानाची गोष्ट म्हणजे बांबूची लागवड व वापर या दोन्ही क्षेत्रांत महाराष्ट्रातील काही व्यक्ती व संस्था यांनी भरीव कार्य केले आहे. पुस्तकात काहींची सविस्तर माहिती आली आहे, तर काहींचे उल्लेख. महाराष्ट्रातील बांबूविषयक समग्र वस्तुस्थिती समजण्यासाठी इथे एकत्र माहिती देत आहे :

१. **संपूर्ण बांबू केंद्र, लवादा, जि. अमरावती :** मेळघाट या दुर्गम भागात श्री. सुनीलजी देशपांडे यांच्या नेतृत्वाखाली काम करणारी संस्था. आजपर्यंत बांबू वापरून रास्त किमतीतील १६०० घरे उभी केली आहेत; तसेच ४०० कुटुंबांना कायमस्वरूपी रोजगार उपलब्ध करून दिला आहे.

२. **बांबू रोपवाटिका, वडाळी, जि. अमरावती :** बांबूच्या साठहून अधिक जातींचा संग्रह असणारी वनविभागाची भारतातील दुसऱ्या क्रमांकाची रोपवाटिका. वनपाल श्री. सलीम सय्यद. साहाय्य टाटा ट्रस्ट.

३. **लेखा मेंढा :** स्थानिकांचा वनाधिकार प्रत्यक्षात आणणारी भारतातील पहिली ग्रामपंचायत. क्रियाशील नेतृत्व श्री. मोहन हिराबाई हिरालाल. अनेक ग्रामपंचायतींना त्यामुळे स्फूर्ती मिळाली आहे.

४. **इंडस्ट्रिअल डिझाईन सेंटर, आयआयटी, पवई (आयडीसी, आयआयटी):**

बांबू विणकाम उद्योगाची (बुरुडकाम) उत्पादकता व नफा कमी असण्याचे कारण त्यांचे जुने तंत्र व उपकरणे हे आहे. हे ओळखून आयआयटी, पवईच्या प्रा. ए. जी. राव यांनी स्वतंत्र संशोधन विभाग सुरू केला. जपानी कारागीर वापरतात तशा प्रकारच्या उपकरणांचा संच उपलब्ध करून दिला. या विषयावर अनेक पुस्तिका बनवल्या. तसेच मायक्रो कॉमन फॅसिलिटी सेंटर्स (MCFCS) ही केंद्रे स्थापन केली.

५. **आरती संस्था, पुणे :** बांबूचा टिकाऊपणा, आयुष्य वाढावे यासाठीच्या तंत्राचा प्रचार केला. अशा बांबूपासून हरितगृह, पाण्याची टाकी, सौर वाळवणी अशा अनेक गोष्टींचे नमुने बनवले.

व्यावसायिक संस्था

बांबूचा विविध प्रकारे वापर करून व्यवसाय करणाऱ्या काही संस्था :

१. **वेधा, वंडर ग्रास - नागपूर व बांबू मास्टर - पुणे :** बांबूच्या उत्तम दर्जाच्या विविध वस्तूंची आधुनिक डिझाईन बनवणे व कारागिरांकडून त्या मोठ्या प्रमाणात बनवून घेणे.

२. **ग्रीन टेक्नॉलॉजीज्, कुडाळ :** बांबू विणकामाचे सुंदर नमुने बनवणे, स्वयंरोजगार तत्त्वावर कारागिरांकडून बनवून त्या वस्तूंची विक्री करणे.

३. **कोनबॅक, कुडाळ (जि. सिंधुदुर्ग) :** उच्च दर्जाचे फर्निचर, घरे, रचना तसेच सिंधुदुर्ग जिल्ह्यात बांबू लागवडीसाठी विशेष प्रयत्न.

४. **बांबू सर्वस्व, मुळशी, पुणे :** बांबू आणि विविध पदार्थ (composite materials) यांपासून अनेक वस्तू, इमारती, रचना.

ही यादी अर्थातच पूर्ण नाही. अशा आणखी अनेक लहानमोठ्या संस्था महाराष्ट्रात काम करत असतील. पण बांबूची लागवड, प्रती एकरी उत्पादकता वाढवणे व विविध क्षेत्रांमध्ये त्याचा वापर करणे/वाढवणे याला अजून भरपूर वाव आहे हे नक्की.

■■

विभाग ४:
उद्योगधंदे

इंधन व ऊर्जा

आजही भारतातील ग्रामीण भागात स्वयंपाक बनवण्यासाठी सुमारे ५०% घरांमध्ये चूल व लाकडे यांचाच वापर केला जातो. त्यामुळे होणारे तोटे असे:

१. मोठ्या प्रमाणावर वृक्षतोड : त्यामुळे पर्यावरणाची हानी.
२. चुलीची चुकीची रचना : लाकूड पूर्ण जळत नाही, वाया जाते. तसेच धूर तयार होतो. ते आरोग्याला घातक ठरते. भिंती/भांडी काळी पडतात. स्वयंपाक व भांडी स्वच्छ करायला जास्त वेळ लागतो.
३. लाकूड गोळा करणे, स्वयंपाक यात स्त्रियांचा खूप वेळ वाया जातो.

कोळसा

थोडक्यात सांगायचे तर लाकूड प्राणवायू न मिळता जाळले, तर त्यापासून कोळसा तयार होतो.

झाडापेक्षा जलद वाढ व झाडांचे बहुविध उपयोग यामुळे बांबूपासून कोळसा बनवणे जास्त पर्यावरणस्नेही आहे. नुसता बांबू पटकन पेटतो व जळतो. त्यामुळे तो जळणासाठी वापरला जात नाही. (पूर्वी सोनार कामासाठी बांबूची लहान भट्टी लावून आवश्यक तेवढा कोळसा तयार करत.) पण कोळशासाठी बांबू वापरण्याची इतर कारणे अशी आहेत :

१. बांबूचा उष्मांक जातीनुसार ४६०० ते ५४०० एवढा आहे. जो साधारणतः इतर चांगल्या जळणाऱ्या झाडांच्या लाकडाएवढाच आहे.
२. बांबूची घनता कमी असल्याने त्याचा कोळसाही तसाच Low Bulk density

आहे. बांबूच्या सच्छिद्रपणामुळे त्याचा कोळसाही सच्छिद्र असतो.

जपानमध्ये दुसऱ्या महायुद्धात बांबूपासून पेट्रोल बनवण्याचे प्रयोग चालू होते. त्यातून कोळसा बनवण्याची प्रक्रिया तयार झाली. हा उल्लेख 'जपान' या प्रकरणात आला आहे. पोकळ बांबूच्या तुकड्यात वाळलेली पाने, काटक्या ठासून भरणे व त्याला २५०° पर्यंत उष्णता देणे अशी ती पद्धत होती. या तापमानाला बांबूतील ७०% पदार्थांचे वायूत रूपांतर होते व कोळसा शिल्लक राहतो.

'आरती' संस्थेची भट्टी : पुण्यातील आरती संस्थेने वाळलेल्या पदार्थांपासून (गवत, उसाचे पाचट इ.) कोळसा बनवणारी लोखंडाची भट्टी बनवली आहे. यात अर्थातच बांबूचे तुकडेही वापरता येतील. साधारण २१ किलो कच्चा माल एका वेळी वापरला जातो. उष्णतेमुळे त्यातील ज्वलनशील वायू बाहेर पडतात. आगीने ते जाळले जातात. त्यामुळे प्रदूषण होत नाही. एक तासाने ३०% (म्हणजे सुमारे ७ किलो) कोळसा यातून मिळतो. तो पिठासारखा रवाळ असतो. त्यात चिकट पदार्थ मिसळून कांडी कोळसा, जळणाच्या विटा बनवता येतात.

आयआयटी, पवई : या संस्थेने तयार केलेल्या भट्टीत एका वेळी ४०० किलो कच्चा माल भरला जातो. अडीच तासानंतर त्यापासून समान आकाराच्या १०० किलो कोळशाच्या कांड्या मिळतात. (उतारा २५%) बांबूतील ५०% पदार्थांचे वायूत रूपांतर होते. ज्याचा वापर औष्णिक ऊर्जा म्हणून करता येतो.

या वायूच्या मदतीने जनित्रे (Turbines) फिरवून वीजनिर्मिती करता येते. जगभरात स्थानिक स्वस्त जैवभार वापरून अनेक ठिकाणी वीजनिर्मिती केली जाते. साधारण दीड किलो जैवभारापासून एक युनिट वीज निर्माण होते. ग्रामीण दुर्गम भाग, जिथे विजेचे जाळे पोहोचलेले नाही अशा ठिकाणी या पद्धतीने वीजपुरवठा करता येतो. *(मणिपूर राज्यातील टामेनलोंग येथील प्रकल्पासंबंधी माहिती त्या प्रकरणात दिली आहे.)*

अशा प्रकल्पाचे फायदे : (१) सतत उच्च दाबाच्या (४४० व्होल्ट्स) वीजपुरवठ्याची शाश्वती (२) वीज गळती नाही. (३) सल्फर वायू निर्माण होत नसल्यामुळे प्रदूषण विरहीत

वीज पोहोचलेली नाही अशा ठिकाणी प्रकल्प उभारण्यात आता कोणत्याही सरकारी संमतीची गरज नाही. या विजेचा वापर घरगुती (दिवे, फ्रीज, कुलर इ.), विद्युत पंप, पीठ गिरणी यासाठी करता येतो.

अर्थात बांबूसारखी बहुमोल वस्तू 'जाळणे' आर्थिकदृष्ट्या योग्य नाही. उसाचे पाचट, गव्हाचे काड, गवत असा अक्षरश: कोट्यवधी टनांचा बायोमास आपल्याकडे पूर्णत: वाया जातो. पण इतर उद्योगातून उरलेला बांबू किंवा मोहर येऊन गेल्यानंतरचा वाळलेला बांबू/कंद यापासून दुर्गम भागात खरोखरच ऊर्जा पुरवली जाऊ शकते.

असे एक संयंत्र इंडियन इन्स्टिट्यूट ऑफ सायन्स, बंगळुरू यांनी बनवले आहे.

■■

बांबू प्लाय / बांबू मॅट बोर्ड

प्लायबोर्ड हा पदार्थ आपल्या परिचयाचा आहे. लाकूड टंचाई व चांगल्या लाकडाचे महाग दर यामुळे बहुतांश ठिकाणी आज प्लायबोर्ड वापरले जाते. लाकडाचे अती पातळ असे पापुद्रे रसायनाच्या साहाय्याने चिकटवले जातात व दाबाखाली विशिष्ट तापमानात ठेवले जातात. प्लायचे अनेक थर असल्यामुळे ते मजबूत बनते.

अशाच प्रकारे बांबू वापरून अनेक प्रकारचे तक्ते बनवले जातात. परंतु त्यासाठी बांबूचे पापुद्रे काढत नाहीत, तर त्याच्या आधी बारीक पट्ट्यांच्या चटया बनवल्या जातात.

मॅट बोर्ड : एक दोन वर्षे वयाच्या बांबूंच्या बारीक पट्ट्या काढतात. सालीचा भाग वापरला जात नाही, कारण तो चटया जोडण्यासाठी वापरल्या जाणाऱ्या गोंदाला (adhesive) धरून ठेवत नाही. या पट्ट्यांच्या चटया बनवल्या जातात. किडीपासून आणि बुरशीपासून संरक्षणासाठी त्यावर रसायने फवारली जातात.

अशा चटयांवर फॉरमॅल्डिहाईड या रेझीनचे पुट देतात व त्या ९०°-९५° सेल्सिअस तापमानाच्या खोलीत ठेवतात.

अशा किमान तीन चटया एकावर एक अशा १६ किलो/सेंमी^{२} दाबाखाली, १४०° ते १४५° तापमानात ६ मिनिटे ठेवतात.

तयार झालेला बांबू मॅट बोर्ड हव्या तशा आकाराचा कापून त्याचे तुकडे बनवले जातात. या बोर्डचा दर्जा, टिकाऊपणा व रंगरूप प्लायबोर्डप्रमाणेच असते.

अशाच प्रकारचे बांबू काँक्रीट बोर्ड छपरासाठीही वापरता येतो. या बोर्डावर

रेझीनचा थर असलेला क्राफ्ट पेपर लावलेला असतो. त्यामुळे तो कठीण, चरा न पडणारा व जलरोधक बनतो.

आणखीही विविध प्रकारे बांबूचे बोर्ड बनवता येतात :

१. बांबू पट्ट्यांवर पातळ आवरण असलेले तक्ते (स्लिवर लॅमिनेशन)
२. पट्ट्यांपासून तयार केलेले (स्ट्रीप प्लायवूड)
३. पातळ पट्ट्यांपासून पडदा बनवून केलेले (कर्टन प्लायवूड)
४. टाकाऊ बांबूच्या अती लहान तुकड्यांपासून बनवलेले (पार्टीकल बोर्ड्स) व
५. दोन तक्त्यांमध्ये अन्य पदार्थ भरून केलेले (सँडविच बोर्ड)

■■

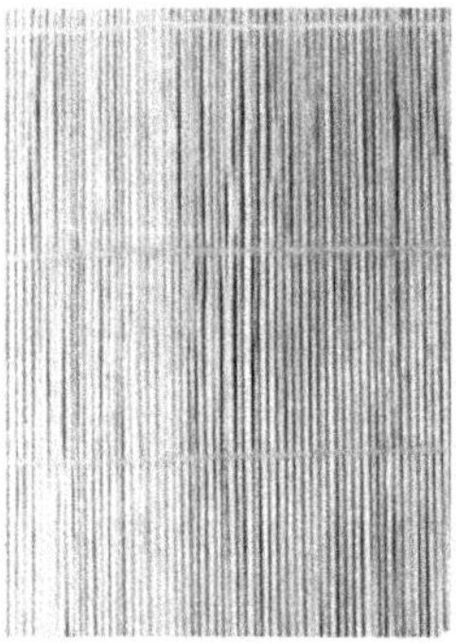

बांबूच्या टाइल्स

कागद निर्मिती

इतिहास

कागदाचा शोध हा मानवी इतिहासातील, चाकाचा वा अग्नीचा वापर करण्याएवढाच महत्त्वाचा टप्पा आहे. कागदाचा शोध लागण्यापूर्वी वेगवेगळे पदार्थ लिखाणासाठी वापरले जात होते. मातीच्या भाजलेल्या विटा, शिलालेख ही उदाहरणे आपल्याला ठाऊक आहेत. चीनमध्ये तर बांबूच्या फळ्या त्यासाठी वापरल्या जात होत्या. पण कागदासारखे हलके, घड्या, गुंडाळ्या करता येणारे, लिहायला सहज तरी टिकायलाही चांगले असे माध्यम मिळाल्यामुळे उपलब्ध ज्ञान, माहिती साठवून ठेवणे, त्याचा प्रसार होणे शक्य झाले.

प्राचीन इजिप्तमध्ये एका जातीच्या लव्हाळ्याच्या लांब धाग्यांपासून कागद निर्मितीचे तंत्र शोधले गेले. हे धागे उभेआडवे ठेवून, त्यावर दाब ठेवून कागद बनवला जाई. त्यावर गुळगुळीत, जड वस्तू (दगड, शंख) फिरवून चकाकी आणली जाई. कागद बनवता येतो, म्हणून या लव्हाळ्याचे 'पॅपीरस' असे नामकरण झाले आणि त्यापासून 'पेपर' हा शब्द तयार झाला.

निर्मिती

कागदाचा शोध चीन वा भारतात लागला असे म्हटले जाते. ठरावीक वनस्पतींचे तुकडे शिजवून लगदा करणे, तो लाकडी चौकटीवर ताणून लाटणे फिरवून त्यातील पाणी कमी करणे, वाळल्यावर त्याला गुळगुळीतपणा आणणे असे ते तंत्र होते. १४५० मध्ये छपाईचा शोध लागल्यावर तर कागदनिर्मिती हा मोठा उद्योग बनला.

मूलत: हेच तंत्र आजही वापरले जाते. पण त्यात शेकडो पटीने सुधारणा झाली आहे. असंख्य प्रकारचे कागद व पुठ्ठे आदी आज बनवले जातात.

कागद निर्मितीमधील महत्त्वाचे टप्पे असे :

- १७५० : गवत, चिंध्या यांचे यंत्राने बारीक तुकडे बनवणे.
- १८४० : लाकडाचा कीस करणाऱ्या यंत्रांचा वापर सुरू, त्यामुळे लाकडापासून कागदनिर्मिती मोठ्या प्रमाणात.
- १८५० : लाकडाचा कीस शिजवताना कॉस्टिक सोडा वापरल्यामुळे लगद्याची प्रत सुधारते असे दिसून आले.
- १८९७ : लगद्यातील लिग्नीन सल्फ्युरिक आम्लात विरघळते, फक्त सेल्युलोज तंतू उरतात हे सिद्ध झाले. त्यामुळे लाकडापासून कागदनिर्मिती (पर्यायाने वृक्षतोड) जास्त जोरात.
- १८७९ : बांबूपासून कागद बनवयाची प्रक्रिया पुस्तकरूपाने प्रसिद्ध झाली.
- १९०९ : वनसंशोधन संस्था, डेहराडून येथे बांबू लगद्यापासून प्रायोगिक तत्त्वावर कागदनिर्मिती. हा कागद चांगल्या दर्जाचा आहे हे सिद्ध झाल्यावर आठवड्याला दोनशे टन कागद बनेल अशी यंत्रसामग्री उभारली.

तुलना

बांबू	**लाकूड**
पर्यावरणस्नेही- पाच-सहा वर्षांत वाढतो.	वाढायला ३०-४० वर्षे लागतात.
पूर्ण वापर करता येतो.	साले, ढलप्या वापरता येत नाहीत.
तंतुपेशींची भित्तिका अनेक वेष्टणांची तसेच तंतू अधिक लांब व व्यास कमी. त्यामुळे ताणशक्ती, घडी होण्याची क्षमता व टिकाऊपणा जास्त. पाचक पात्र मोठे लागते.	पेशी भित्तिका तीन वेष्टणांची, तंतू आखूड, दर्जा कमी.
लगद्याची घनता कमी, सिलीका असते. उतारा कमी. लिग्निन, सिलीका काढण्यासाठी २% रसायने जास्त. प्रदूषण जास्त.	लगद्याची घनता जास्त, उतारा जास्त, प्रक्रिया खर्च कमी

बांबूपासून कागदनिर्मिती

आधुनिक पद्धत : कागद हा लाकूड/बांबूमधील सेल्युलोजपासून बनतो. त्याआधी लाकडातील लिग्नीन, पेक्टीन इत्यादी पदार्थ वेगळे करणे आवश्यक असते. त्यासाठी लाकडाचा कीस वा बांबूच्या पातळ चकत्या पाचक पात्रातील (डायजेस्टर) पाण्यात ठेवतात. त्यात कॉस्टिक सोडा व सोडिअम सल्फाईडचे द्रावण मिसळतात. पात्र पाण्याने काठोकाठ भरतात. हवाबंद अवस्थेत हे मिश्रण ठरावीक तापमान व दाबाखाली शिजवतात. त्यामुळे इतर पदार्थ पूर्ण विरघळतात; तर सेल्युलोजचे तंतू सुटे होतात.

यामुळे तंतूंना आलेला काळपटपणा घालवण्यासाठी ते स्वच्छ पाण्याने वारंवार धुतात. तसेच इतर रसायने वेगळी करतात. हा लगदा पांढराशुभ्र करण्यासाठी त्याला 'ब्लीचिंग' करतात.

नंतर बीटर पात्रात या तंतूंवर (लगद्यावर) वेगाने आघात केले जातात. त्यामुळे तंतूंची बाह्य वेष्टने बाजूला होतात व तंतू लवचीक बनतात.

हा लगदा काही रसायने व रंग मिसळून सरकत्या जाळीवर पसरला जातो. लगद्यातील पाणी कमी होते व त्याला अपेक्षित आकार दिला जातो. शेवटी हे ओलसर ताव दोन उष्ण रोलरमधून काढतात. तयार कागद रोलला गुंडाळला जातो.

काही अधिक माहिती

- एक मे. टन कागद तयार करण्यासाठी बांबूच्या दोन मे. टन पातळ चकत्या लागतात. त्यासाठी सुमारे अडीच टन वाळलेला वा चार टन नुकताच तोडलेला बांबू लागतो.
- बांबूतील पेरगाठ आकाराने मोठी व कडक असते. तसेच पेरापेक्षा तिच्यात पेक्टोज जास्त असते. तिचे वजन बांबूच्या ६ ते १५ टक्के असते.
- बांबूपासून अधिक शुभ्र व दणकट कागद तयार करण्याचे तंत्रज्ञान सहराणपूर येथील 'पल्प अ‍ॅण्ड पेपर रिसर्च इन्स्टिट्यूट'ने विकसित केले आहे. त्याआधारे बांबूतील सिलिका वेगळी केली जाते. हे तंत्रज्ञान पर्यावरणस्नेही आहे.

■■

कागदाचे अर्थ (का अनर्थ)कारण?

प्रयत्न करूनही या विषयातील पुरेशी माहिती मिळाली नाही. अर्थशास्त्र, पर्यावरण विषयाच्या अभ्यासूंनी सखोल विचार करून दिशादर्शन करावे यासाठी काही अभ्यासकांनी पुरवलेली माहिती सोबत देत आहे.

आजही कागद गिरण्यांना ८५० रुपयाला टन (८५ पैसे किलो!) या दराने सरकारी वनक्षेत्रातील बांबू दिला जातो. या बांबूचे वजन मोजण्याची कोणतीही यंत्रणा वापरात नाही. चुकीच्या वेळी व पद्धतीने बांबू तोडल्यामुळे कर्नाटक राज्यातील बांबू नष्टप्राय झाला; तर पर्यावरणविषयक नियम न पाळल्यामुळे काही गिरण्या बंद करण्यात आल्या.

आपल्या येथील कागदनिर्मितीचे तंत्र जुनाट आहे. त्यामुळे गिरण्यांना आयात केलेला तयार लगदा स्वस्तात पडतो. आज भारतात कागदाचे जास्तीतजास्त उत्पादन असा लगदा, रद्दी कागद यापासून केले जाते. लगद्याची आयात, कागदाचे उत्पादन व नफा वाढतो आहे. परंतु लेखामेंढासारख्या ग्रामपंचायतींना बांबूचा भाव वाढवून द्यायची त्यांची तयारी नाही. ८५ पैसे दराने कच्चा माल उपलब्ध असतानाही, हजारो किमी अंतरावरून लगदा आयात करणे गिरण्यांना परवडते कसे? या प्रश्नाचा उलगडा तज्ज्ञांनी करावा असे म्हणावेसे वाटते.

तोपर्यंत एक ग्राहक म्हणून आपण एवढेच लक्षात ठेवू, की एक किलो कागद बनवण्यासाठी ५०० लीटर पाणी वापरले जाते. त्यामुळे कागदाचा गरजेपुरता व योग्य वापर करणे ही आपल्या सर्वांचीच जबाबदारी आहे.

बांबूची भव्य पॅव्हेलियन्स ही दक्षिण अमेरिकेची खासियत आहे.

विभाग ५: बांबू संशोधन व माहितीचे प्रसारण

बांबू अध्ययन व संशोधनाचा इतिहास

आशिया व दक्षिण अमेरिका खंडाच्या अनेक भागात बांबू निसर्गत: आढळतो. साहजिकच या भूभागात किमान काही हजार वर्षे त्याचा वापर केला जात आहे. हा वापर मुख्यत: घरगुती वापराच्या वस्तू, घरबांधणी, खाण्यासाठी व शेतीसंबंधित क्षेत्रांमध्ये होता. त्यामुळे बांबूच्या विविध जाती, त्यांची वाढ, गुणधर्म याविषयी माहिती झाली होती. तो वापरण्यासाठीचे तंत्र व त्यासाठीची अवजारे विकसित केली गेली.

युरोपचे आशियाशी अनेक शतके व्यापारी संबंध होते. औद्योगिक क्रांतीनंतर युरोपमध्ये प्रचंड स्थित्यंतर घडून आले. तेथील सत्ता, संस्था व व्यक्ती यांचा दृष्टिकोन आमूलाग्र बदलला. काही काळातच ब्रिटन, फ्रान्स, पोर्तुगाल इत्यादी युरोपीय देशांनी आशिया व आफ्रिका खंडांतील बहुतेक भाग आपल्या साम्राज्यात आणला. जिंकलेल्या प्रदेशातील नैसर्गिक संपत्ती (खनिजे, वनस्पती इत्यादी)चा आणि समाजांचा आपल्या प्रगतीसाठी जास्तीतजास्त वापर करणे हे त्यांचे प्रमुख उद्दिष्ट होतेच; पण प्रबोधन काळामुळे युरोपमध्ये नवी वैज्ञानिक दृष्टी आली होती. एकंदरीत सर्वच गोष्टींबद्दल तीव्र जिज्ञासा निर्माण झाली होती. नवनवीन पद्धती, तंत्रे विकसित होत होती.

या पद्धतीचे एक चांगले उदाहरण म्हणजे डच भाषेतील *होर्ट्झ मलबारीकम* हे पुस्तक. डच ईस्ट इंडिया कंपनीतील वनस्पतिअभ्यासक व्हान रीडा (Van Rheeda) याने १६७८ मध्ये हा ग्रंथ प्रकाशित केला. (आपल्या मराठेशाहीच्या काळात एक डच माणूस केरळ किनारपट्टीवरील वृक्षसंपदेचा अभ्यास करत होता!) या पुस्तकात

बांबूच्या दोन प्रकारांचे स्थानिक नावासह वर्णन केले आहे.

अशा जास्तीतजास्त माहितीचे संकलन व्हावे, त्यावर विविध अंगांनी संशोधन व्हावे यासाठी हे देश प्रवासी, संशोधक, शास्त्रज्ञ यांना सक्रिय प्रोत्साहन, भक्कम आर्थिक पाठिंबा देत होते. पुढचा जवळजवळ १५० वर्षांचा निसर्गाचा अभ्यास यातूनच घडला आहे.

जगभरातल्या वनस्पती संकलन करायच्या, त्यांचा सखोल अभ्यास करायचा यासाठी शास्त्रशुद्ध चौकटीची गरज होती. १७५० मध्ये कार्ल लीनीयस या स्विडिश शास्त्रज्ञाने वनस्पती नामकरण/वर्गीकरणाची पद्धत तयार करून या चौकटीचा पाया रचला. प्रत्येक वनस्पतीला लॅटीन भाषेतील वर्णनात्मक दोन पदांमध्ये नाव दिले जाते. त्यासाठी त्या वनस्पतीचा फुलासह नमुना व त्यांचे सचित्र वर्णन करणे अपेक्षित असते. या पद्धतीमध्ये जगातील प्रत्येक वनस्पतीचे एकच नाव असते.

त्यानंतरच्या काही वर्षांत, अशा प्रकारे बांबूची वर्गीकरण व नामकरण केलेली अनेक पुस्तके फ्रेंच व इंग्लिश भाषेत प्रकाशित झाली. त्यामुळे युरोपमध्ये बांबू या विषयासंबंधी कुतूहल निर्माण झाले.

नामकरण

बांबूच्या एकाच प्रकाराला महाराष्ट्रात विविध ठिकाणी मानवेल, मेस, वेत, नरबांबू या नावाने ओळखले जाते. हाच डेंड्रो स्ट्रिक्टस आहे का, याविषयी तज्ज्ञांमध्ये दुमत आहे. जगभरातून माहितीची देवाणघेवाण संशोधन व्हायचे असेल, तर विशिष्ट वनस्पती एकाच नावाने ओळखली जाणे किती गरजेचे आहे, हे यावरून लक्षात येईल.

१८५९ मध्ये युजेन माझेल हा फ्रेंच अभ्यासक चीनमध्ये सफरीवर गेला होता. तेथील बांबूवने व बांबूचे प्रकार पाहून तो भारावून गेला. परत येताना त्याने सोबत अनेक बांबू रोपे आणली व बांबू उद्यान तयार केले. या धर्तीवर पुढे युरोप व अमेरिका इथे अनेक बांबू उद्याने उभी राहिली.

याच सुमारास कर्नल मन्रो यांनी प्रत्यक्ष नमुन्यांच्या आधारे जगभरातील २१ प्रजातींच्या १७० बांबू जातींचे वर्गीकरण पूर्ण केले. त्यांनी पुंकेसर, लोडीकुल्स व फळांच्या प्रकारानुसार प्रजातींचे तीन गट तयार केले. कर्नल मन्रोंची ही पद्धत बांबू वर्गीकरणाचा पाया मानली जाते.

युरोपीय अभ्यासकांनी बांबूचा फक्त शास्त्रीय अभ्यास केला नाही; बांबूमधील जातींचे वैविध्य, त्यांचे गुणधर्म, त्याचा वापर बघून ते मोहून गेले. त्यांच्यापैकी एक म्हणजे आल्फ्रेड रसेल वॅलेस. हा चार्ल्स डार्विनचा समकालीन निसर्गसंशोधक होता. १८६९ मध्ये त्याने प्राणी, वनस्पतींचे संकलन आणि त्यांच्या अभ्यासासाठी मलाया, जावा आदी भागात प्रवास केला. युरोपीय माणसांना बांबू कसा दिसला ते त्याच्याच शब्दांत -

"Their strength, lightness, smoothness, straightness, roundness and hollowness, the facility and regularity with which they can be split, their many different sizes, the varying length of their joints, the ease with which they can be cut and holes can be made through them, their hardness outside, their freedom from any pronounced taste or smell, their great abundance and rapidity of their growth and increase, are all qualities which render them useful for hundred different purposes, to serve with other materials which require much more labour and preparation. The bamboo is one of the most wonderful and most beautiful products of the tropics."

१८७९ मध्ये एस. कुर्झ यांनी भारत व इंडोनेशिया येथील बांबूचा सखोल अभ्यास केला. जिवंत बांबू बेटांचे निरीक्षण करणारा हा पहिलाच शास्त्रज्ञ. बांबूची पाने, पेरावरील आवरण यांचा वापर करूनही बांबू वर्गीकरण करता येते हे त्यांनी दाखवून दिले. यामुळे बांबू वर्गीकरण जास्त सुलभ बनले. कारण सपुष्प वनस्पतींचे वर्गीकरण फुलांच्या आधारे केले जाते. बांबू फुले मिळणे किती व का कठीण आहे हे आपण पाहिले आहे. बांबूची लांबी व त्याच्या कंदाचा आकार व वजन यांमुळे ते संग्रहित करणे, वाहतूक करणे सोपे नसते. पाने, आवरण पर्णे यांच्या आधारे वर्गीकरण मान्य झाल्याने ही प्रक्रिया वेगाने सुरू झाली.

बांबूच्या इतिहासातील महत्त्वाची घटना १८७० मध्ये घडली. ती म्हणजे बांबूपासून कागद बनवता येऊ लागला. ही प्रक्रिया ब्रिटिश संशोधक थॉमस राऊटलेट यांनी शोधून काढली. कागदाची गरज सतत वाढत जाणारीच आहे. त्यामुळे बांबूला व्यापारी महत्त्व आले. तोपर्यंत बांबू घरगुती वापरासाठी/गृहोद्योगासाठी वापरला जात होता. आता तो उद्योगधंद्यातला कच्चा माल बनला. कागद बनवण्यासाठीच्या योग्य बांबू जाती, त्यांची लागवड यावर संशोधन सुरू झाले.

बांबूसंबंधी जे संशोधन या नंतरच्या काळात झाले आहे ते संबंधित प्रकरणात सविस्तर आले आहे. येथे कालक्रमानुसार त्याचे टप्पे नोंदवले आहेत.

- १९०० ते १९४० : जपानमध्ये बांबूचे सर्वेक्षण वर्गीकरण, बांबूचे शरीरशास्त्र, रचना यांचा शास्त्रीय अभ्यास. बांबू टिकवणे, वनव्यवस्थापन यात मोलाची भर, प्रमाणीकरण.
- १९१४ : आरसीसी बांधकामामध्ये लोखंडी शिगांऐवजी बांबू वापराचा अयशस्वी प्रयोग
- १९४२ : बांबूपासून कोळसानिर्मितीचे तंत्रज्ञान सिद्ध
- १९५० : बांबूपासून मॅट बोर्ड व प्लायवूडची निर्मिती.
- १९५१ : डॉ. वॉल्टर लिझ या जर्मन काष्ठतज्ज्ञाने पुढील अनेक वर्षे सखोल अध्ययन करून अनेक जातींच्या बांबूचे जैविक, भौतिक व यांत्रिकी गुणधर्म शोधून काढले. बुरशीरोधक व कीटकरोधक रसायन बांबूतील प्रत्येक पेशीत पोहोचेल असे तंत्रज्ञान निर्माण केले. अशा बांबूचे आयुष्य कित्येक पट वाढते.

- १९६८ : भारतात डॉ. राव व डॉ. अलेक्झांडर यांनी उती संवर्धन पद्धतीने (tissue culture) बांबू रोपे बनवण्यात यश मिळवले.
- १९७८ : नेदरलँडमधील इंजिनिअर डॉ. जानसेन यांनी बांबूचा बांधकामातील वापर यासंबंधी मार्गदर्शक नियम तयार केले.
- १९८० : चीनमध्ये बांबूतील विविध जातींच्या संकराचे यशस्वी प्रयोग; पण संकरीकरणाची प्रक्रिया अवघड व अव्यवहार्य आहे असा सध्याचा निष्कर्ष.
- १९८५ : बांबूद्वारे शेतात पाणीपुरवठा करण्याची पूर्वापार पद्धत आशियाच्या अनेक भागात आहे. पेरगाठीजवळचा आडवा पडदा काढून बांबू सलग करण्याचे व एकमेकांना जोडण्याचे तंत्र या काळात विकसित झाले. आफ्रिकेतील टांझानियामध्ये असे बांबू प्रत्यक्ष वापरून मोठ्या क्षेत्रावर पाणीपुरवठा केला गेला. विकसनशील देशांसमोर एक आदर्श उभा राहिला. पुढे याच पद्धतीने बांगला देशात ट्यूबवेलमध्ये लोखंडी पाइपऐवजी बांबूचा वापर यशस्वीपणे केला गेला.
- १९९४ : चीन : बांबूच्या विविध जातींच्या संकराचा प्रयोग यशस्वी. मातृवृक्षापेक्षा जास्त उपयुक्त संकरित जाती बनल्या.

■■

संकरीकरण (Cross breeding)

हा शब्द आपल्या परिचयाचा आहे. प्राणी वा वनस्पती यांच्यामधील हवे ते आवश्यक गुणधर्म वाढवण्याचा प्रयत्न मानव पूर्वापार करत आलेला आहे. दोन वेगळ्या जातीच्या प्राण्यांचा (उदाहरणार्थ, देशी व युरोपीय होल्स्टिन फ्रीजियन गाय) संकर घडवल्यावर पुढच्या पिढीत मानवाला हव्या त्या गोष्टी (रंग, वास, चव, वजन, प्रतिकारशक्ती) वाढायची शक्यता असते. अशा प्रकारच्या भाज्या, धान्ये (highbreed) आपल्या आहारात आहेत.

बांबू नानाविध उद्योगात वापरला जातो, त्यामागे त्याचे वेगवेगळे गुणधर्म आहेत. उदाहरणार्थ. बांधकामासाठी कणखरपणा, घरगुती वस्तू बनवण्यासाठीचा लवचीकपणा, देखणेपणा इत्यादी.

संकर करून हवे ते गुणधर्म वाढवण्याचा प्रयोग चीनमध्ये वेगवेगळ्या जातीतील बांबूवर विविध उद्देशांसाठी केला जात आहे.

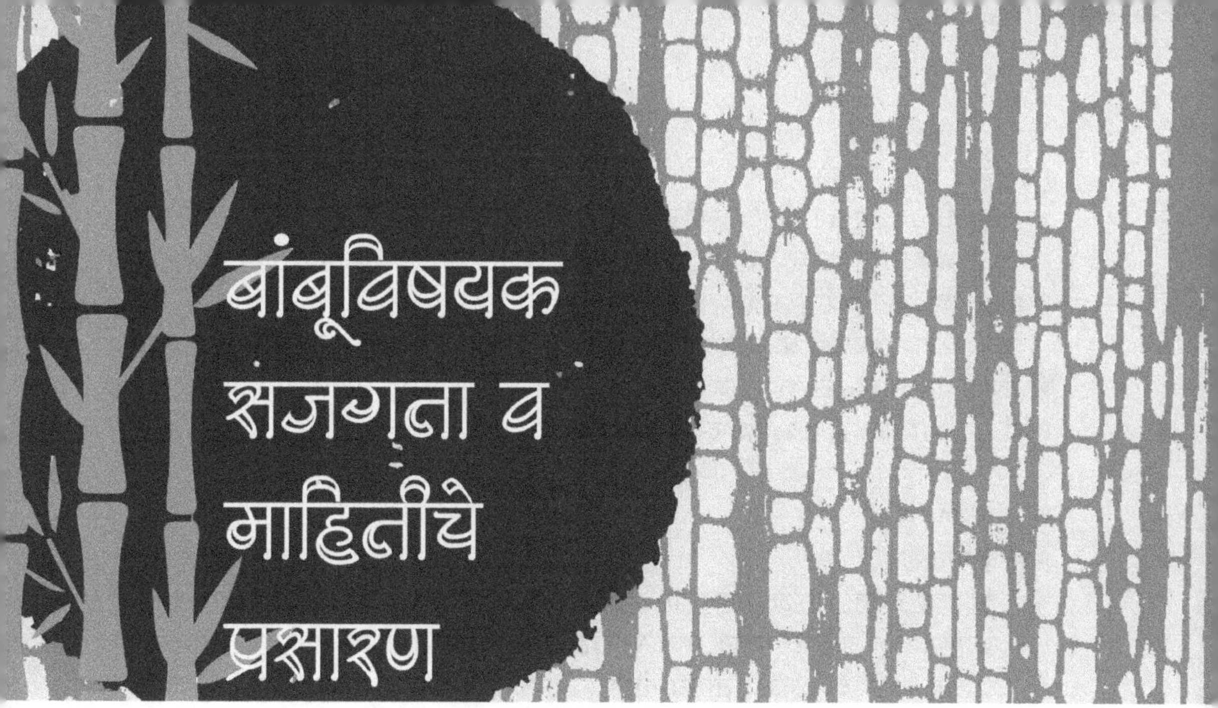

बांबूविषयक सजगता व माहितीचे प्रसारण

मानवी जीवनात बांबूचा किती विविध प्रकारे उपयोग करता येतो, ग्रामीण रोजगार, उद्योगांचे विकेंद्रीकरण, पर्यावरण रक्षण या आजच्या कळीच्या समस्या सोडवण्यात बांबू केवढा मोठा सहभाग देऊ शकतो हे आपण आतापर्यंत समजून घेतले.

आज शहरीकरण वेगाने वाढते आहे. त्याबरोबर मानवही निसर्गापासून दुरावला गेला आहे. चांगल्या अनुभवी, बुद्धिमान शेतकऱ्यालासुद्धा त्याची चाकोरी वा अनुभव यांच्या बाहेरच्या निसर्गसृष्टीचा परिचय नसतो; मग शहरी माणसाला निसर्गातल्या अगदी साध्या गोष्टी माहीत नसाव्यात यात काय आश्चर्य!

आणखी एक मुद्दा सजग नागरिक असण्याचा आहे. तो म्हणजे, आपण फक्त उपभोक्ता (consumer) असता कामा नये. आपण जे काही वापरतो, सेवन करतो, त्याविषयी आपण कुतूहल जपले पाहिजे. ती वस्तू बनते कशी, त्यातील निसर्गाचे घटक, तंत्रज्ञान कोणते; पर्यावरण, समाज व आपल्या स्वत:ला तिची खरोखर गरज व फायदा आहे का, याविषयी आपण सतर्क असले पाहिजे. असे कुतूहल निर्माण होणे, प्रश्न पडणे व त्याविषयी वस्तुनिष्ठ माहिती मिळणे ही जबाबदारी शिक्षणव्यवस्था व सरकारी यंत्रणांनी पार पाडणे अपेक्षित आहे. यातून सुजाण नागरिक व समृद्ध समाज निर्माण होऊ शकतो.

निसर्गाशी अशी ओळख करून देण्यासाठी बांबू अतिशय आदर्श नमुना आहे. तो भारतामध्ये बहुतेक प्रदेशात सहज वाढतो. तो वजनाला हलका, पण कणखर आहे. त्यामुळे त्याची सहज वाहतूक करता येते. तो सहज कापता, तोडता, जोडता येतो. त्यावर अनेक प्रक्रिया करता येतात. त्यामुळे त्याच्यापासून नाना

प्रकारच्या वस्तू बनवता येतात. तो वेगवेगळ्या उद्योगधंद्यांमध्ये वापरला जातो वा जाऊ शकतो. तो निसर्गस्नेही आहे. एवढेच नाही; तर अगदी शाळकरी मुलालासुद्धा बांबूविषयी रस वाटू शकतो, तर उच्च संशोधन करणाऱ्यांना नवीन प्रश्न पडू शकतात, नव्या दिशा दिसू शकतात. या दृष्टीने बांबू अजोड आहे.

अशा या बहुगुणी, बहुआयामी बांबूच्या सर्व अंगांची ओळख भिन्न वयोगट, व्यवसाय, शैक्षणिक पार्श्वभूमी असणाऱ्या व्यक्तींना कशी करून देता येईल, त्यांचा या विषयातील रस कसा वाढवता येईल, याचे दिशादर्शन केले आहे.

बांबू व शिक्षण

शालेय पातळी

- आपल्या घरात, शाळेत बांबूच्या अनेक वस्तू असतात. त्यांची ओळख करून देणे, ते बनवण्यामागे बांबूचे कोणते गुणधर्म आहे हे सांगणे. त्यामागील वेगवेगळ्या प्रक्रियांचा परिचय करून देणे, काही साध्या गोष्टी (उदाहरणार्थ, पतंग, आकाशकंदील) मुलांसोबत बनवणे.
- घराजवळचा परिसर, सार्वजनिक बागा येथे बांबू बेटे असल्यास तिथे मुलांना घेऊन जाणे. (विशेषत: पावसाळ्यात कोंब झपाट्याने वाढताना बघून मुले हरखून जातील) बांबू बेटाचे, त्यावर आढळणारे पक्षी, कीटक यांचे निरीक्षण करणे, बांबूचे वेगवेगळे भाग, त्यांची कार्ये समजून घेणे.

उच्च माध्यमिक पातळीच्या पुढे

- बांबूची जाती-प्रजाती ओळखणे, इंटरनेटवरून त्यासंबंधी अधिक माहिती मिळवणे.
- बहुधा प्रत्येक मध्यम/मोठ्या गावांमध्ये बुरूड समाजाची वस्ती असतेच. तिथे शैक्षणिक सहल आयोजित करणे. कारागिरांची कामाची पद्धत समजून घेणे, त्यासाठी वापरली जाणारी अवजारे, तंत्रे समजून घेणे. वेगवेगळ्या वस्तू (उदाहरणार्थ, सूप) त्याच आकाराचे का बनवले जाते याचा शोध घेणे, त्या वस्तूंची उपयोगिता व सौंदर्य समजून घेणे, बुरूड काम, व्यवसाय, त्याचे अर्थकारण, मूल्यवर्धन याबद्दल चर्चा करणे. शाळा, महाविद्यालय यामध्ये जागा असेल तर एखादे बांबू बेट वाढवणे. (याला फार निगा, पाणी लागत नाही.)

  शाळा-महाविद्यालयांमध्ये आता प्रकल्पपद्धतीने विषय शिकणे अत्यावश्यक (compulsory) केले आहे. शिकण्याची ही खरोखरच चांगली पद्धत आहे. त्याचे महत्त्वही आता मान्य झाले आहे.

  सातवी-आठवी ते अगदी पदवीच्या पातळीपर्यंत (शास्त्र-अभियांत्रिकी) बांबू या विषयाशी संबंधित अतिशय उत्तम प्रकल्प बनवता येतील. यातून त्या विषयाची जाण/समज तर वाढेलच, त्यासाबेत नवी माहिती मिळणे, संशोधनही घडू शकेल.

- शैक्षणिक पातळी व वेगवेगळ्या विद्याशाखांमध्ये अशा प्रकारचे प्रकल्प करता येतील :
  १. भूगोल : बांबूचा भौगोलिक आढळ, हवामान, पाऊस याप्रमाणे आढळणाऱ्या जाती-प्रजाती.
  २. वनस्पतिशास्त्र : विविध जाती, त्यांचे शरीरशास्त्र, वैशिष्ट्ये, मोहर येणे, पुनरुत्पादन कोंब-खाद्य, संकरीकरण, उती संवर्धन.
  ३. पर्यावरण : बांबूचा वापर व पर्यावरण, लागवड व पर्यावरण.
  ४. अर्थशास्त्र : बांबू शेतीचे अर्थशास्त्र, वेगवेगळ्या उद्योगात होणारा बांबूचा वापर व त्याचे अर्थकारण, मूल्यवर्धन
  ५. बांबूचा संगीतातील वापर
  ६. पेशीशास्त्र : बांबूची आंतररचना अभ्यासणे.
  ७. अभियांत्रिकी : बांबूच्या क्षमता वाढवणे, त्यासाठीच्या प्रक्रिया, त्यांची तुलना, वापराची नवीन क्षेत्रे शोधणे, उपयुक्तता वाढवणे, नवीन अवजारे बनवणे.
  ८. बांबूच्या भौतिक, रासायनिक, जीवशास्त्रीय गुणधर्मांचा अभ्यास करणे.

कल्पक व जिज्ञासू शिक्षक– मार्गदर्शक यांना असे अनेक विषय शोधता येतील.

■■

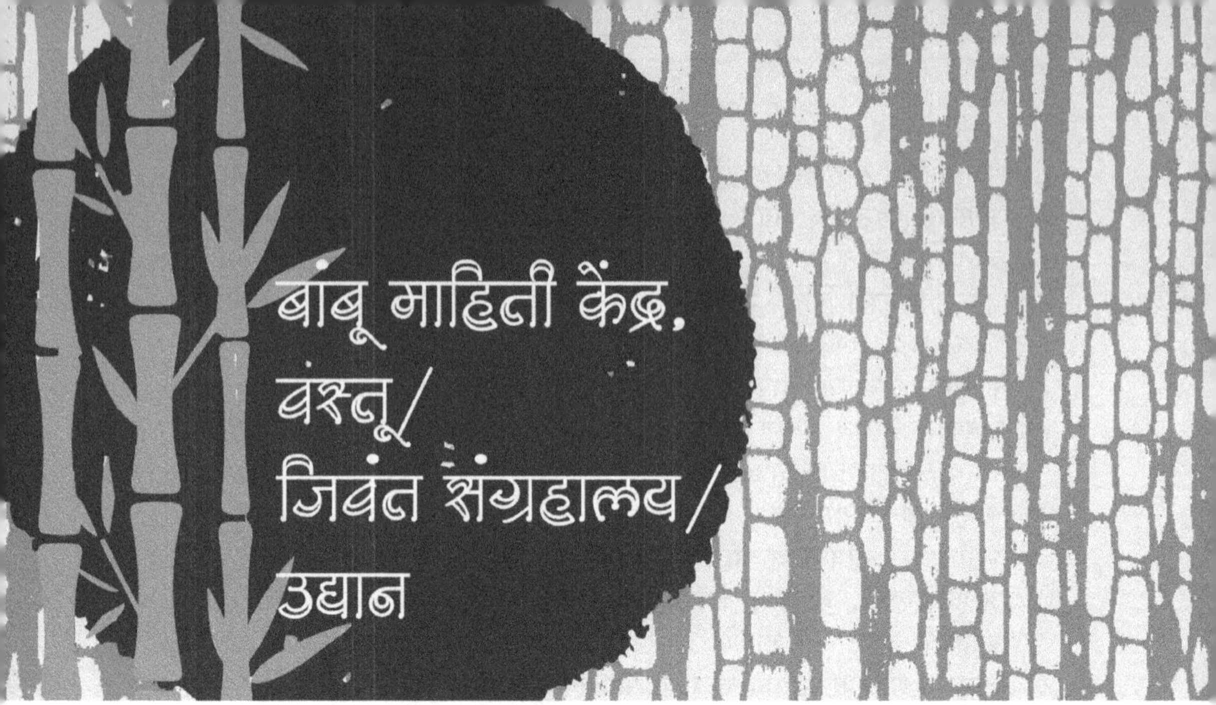

बांबू माहिती केंद्र, वस्तू/ जिवंत संग्रहालय/ उद्यान

आपल्या येथे आजही शिक्षण म्हणजे शिक्षकांनी बोलायचे व विद्यार्थ्यांनी लिहून घ्यायचे अशीच परिस्थिती आहे. हा विचार फार संकुचित आहे. खरे तर वर्गात शिकणे, प्रयोगशाळा, ग्रंथालय, संग्रहालय व निसर्ग निरीक्षण अशी शिकण्याची विविध माध्यमे आहेत.

यातील वस्तू संग्रहालय हा प्रकार युरोप व अमेरिका इथे अतिशय विकसित झाला आहे. माहिती केंद्र, उद्याने हे त्याचेच प्रकार आहेत. ते शैक्षणिक माध्यम म्हणून कसे प्रभावीपणे वापरता येईल यासंबंधी काही विचार मांडले आहेत.

माहिती केंद्र, संग्रहालय व उद्यान हे तिन्ही प्रकार एकत्रितपणे उभे करता येतील. ते कसे, कोणत्या प्रमाणात उभे करायचे ते हेतू, अपेक्षित प्रेक्षकवर्ग (विद्यार्थी, सर्वसामान्य शेतकरी, अभ्यासक) व संसाधने (उपलब्ध जागा, आर्थिक पाठबळ, तांत्रिक उपकरणे, मनुष्यबळ) यावर अवलंबून आहे.

- **माहिती केंद्र**

हे अगदी लहान जागेत, कमीत कमी साधनांसह उभारता येईल. त्यामध्ये

१. शक्य असल्यास एखादे बांबू बेट
२. विविध प्रकारच्या बांबूचे प्रत्यक्ष नमुने वा छायाचित्रे
३. बांबूच्या विविध वस्तू, ती बनवण्याची हत्यारे
४. बांबू दीर्घायू/टिकाऊ बनवण्यासाठी केल्या जाणाऱ्या विविध प्रक्रियांची माहिती देणारे फलक, तक्ते, भित्तिचित्रे, पोस्टर्स

५. बांबूपासून जी वेगवेगळ्या प्रकारची बांधकामे केली जातात, (उदाहरणार्थ, घरे, झोपड्या, हरितगृहे, तराफे) त्यांची लहानमोठ्या आकारातील मॉडेल्स (प्रतिकृती)

६. बांबू हा कच्चा माल वापरून विविध उद्योगधंदे चालवले जातात. उदाहरणार्थ, उदबत्ती, कागद, कोळसानिर्मिती इत्यादी. त्या यंत्रांचे फोटो, आराखडे.

या केंद्रात ग्रंथालय असावे. त्यात बांबूसंबंधित महत्त्वाची पुस्तके, नियतकालिके, शोधनिबंध, सी.डी. असाव्यात. त्यासंबंधित वेगवेगळे माहितीपट दाखवण्याची सोय करता आली तर उत्तमच. (काच निर्मितीवरील *ग्लास* नावाच्या सुंदर माहितीपटाचा या ठिकाणी उल्लेख करावासा वाटतो.)

बांबू लागवड, वापर, सोप्या प्रक्रिया, त्याचे पर्यावरणातील महत्त्व अशा काही विषयांवरची उद्‌बोधक भित्तिचित्रे, पुस्तिका तिथे विक्री/वितरण/वाटण्यासाठी ठेवता येतील.

- **संग्रहालय**

हे माहिती केंद्राचे विस्तारित रूप असू शकते. तिथे विभागाप्रमाणे अनेक दालने असतील. बांबूच्या महत्त्वाच्या जातींची जिवंत बेटे वा नमुने असतील. देशविदेशातले खास बांबूचे प्रकार (उदाहरणार्थ, आपल्याकडील बुद्धाज बांबू, जपानमधला कासवपाठी वा चौकोनी) असतील तर उत्तमच. बांबूचे अभियांत्रिकी, भौतिक गुणधर्म दाखवणारे तक्ते असावेत.

हल्ली कोणतेही शिक्षण माध्यम inter active असणे अपेक्षित असते. म्हणजे शिकणे रंजक होते, शिकलेले लक्षात राहते. त्या दृष्टीने काही गोष्टी सुचवाव्याशा वाटतात.

सुट्ट्या, विशिष्ट हंगामाच्या काळात या केंद्रात बांबूच्या वस्तू बनवणाऱ्या कारागिरांची प्रात्यक्षिके ठेवता येतील. (या वस्तूंचे विक्रीदालनही उभारता येईल.) इच्छुक प्रेक्षकांसाठी वेगवेगळ्या कालावधीची प्रशिक्षण शिबिरे, कार्यशाळा ठेवता येतील. एक-दोन तासातही बांबूची एखादी छोटी वस्तू सहज बनवता येईल. अगदी पैसे देऊनही लोक अशा प्रशिक्षणाला तयार होतील. तसेच एखादी गोष्ट बघणे, त्याविषयी ऐकणे त्यापेक्षाही ती हाताळणे, वापरणे यातून त्याविषयीची रुची, समज वाढते, जवळीक निर्माण होते, हे सिद्ध झाले आहे.

- **बांबू उद्यान**

वेगवेगळ्या जातींचे बांबू लावलेले असावेत. त्याची जाती, प्रजाती, लागवडीचे- मोहर येण्याचे वर्ष, वैशिष्ट्ये, उपयोग, मूळ देश अशा माहितीचे फलक त्याजवळ कायमस्वरूपी उभारलेले असावेत.

- **संग्रहालयशास्त्र**

ही शिक्षणाची वेगळी शाखा विकसित झाली आहे. युरोप-अमेरिकेत हे माध्यम प्रभावीपणे वापरले जाते हा उल्लेख आधी आलाच आहे. न्यूयॉर्क, लंडन, पॅरिस या शहरांमधील विविध विषयाशी संबंधित संग्रहालये जगप्रसिद्ध आहेत. काही संग्रहात तर लाखाहून अधिक नमुने

आहेत! त्यांची मांडणी, दिली जाणारी माहिती, तेथील प्रकाशयोजना, प्रेक्षकांचा रस वाढवणे, त्यांना आकर्षित करणे, त्यांच्यासाठीच्या सुविधा यावर सखोल विचार आणि प्रचंड नियोजन केले जाते. प्रेक्षकांचा ओघ कायम राहावा यासाठी वेगवेगळ्या निमित्ताने आकर्षक कार्यक्रम सतत आयोजित केले जातात.

तिथला संचालक त्या-त्या क्षेत्रातली उच्चशिक्षित, प्रतिष्ठित व्यक्ती असते. असे संचालकपद मानाचे समजले जाते. कर्मचारीसुद्धा प्रशिक्षित, कार्यतत्पर निवडले जातात.

जगभरातली काही उल्लेखनीय माहिती केंद्र, उद्याने यांचा परिचय करून घेऊ.

- **प्राफ्रान्स, फ्रान्स** (la bambouseraie de prafrance)

जगातील पहिले बांबू उद्यान (Bamboo setum) फ्रान्समध्ये सुरू झाले. युजेन माझेल हा वनस्पतिअभ्यासक इ.स. १८५० मध्ये चीनमध्ये गेला. तेथील बांबूवने, बांबूचा वापर पाहून तो चांगलाच प्रभावित झाला. इ.स. १८५५ मध्ये त्याने हे उद्यान स्थापन केले. त्यानंतर त्याची मालकी अनेकदा बदलली; पण आजही ते दिमाखाने उभे आहे.

१२ हेक्टरच्या या जागेत १५० जातींची बांबू बेटे आपण बघू शकतो. (युरोपमध्ये, जिथे नैसर्गिकरीत्या बांबू उगवत नाही, तिथे एवढ्या प्रकारचे बांबू वाढवले आहेत हे येथे लक्षात ठेवले पाहिजे.) त्यापैकी एका जातीचा बांबू ८० फूट वाढतो. या जातीला, उद्यानाच्या संस्थापकाच्या सन्मानार्थ 'फायलोस्टॅचिस प्युबेसन्स माझेल' असे नाव ठेवण्यात आले आहे. वर्षभर लाखो पर्यटक या उद्यानाला भेट देतात. पण विशेष गर्दी असते एप्रिल ते जून या काळात. कारण काही जातींचे कोंब या ४५ दिवसांमध्ये ७५ फूट वाढतात; ते बघण्यासाठी!

येथील बांबूची लागवड आकर्षक प्रकारे केली आहे. बांबूच्या विविध वस्तू तसेच सुमारे ४० जातींच्या रोपांची इथे विक्री केली जाते.

पोर्तुगालमधील एका नदीच्या काठी सुमारे १०० हेक्टर बांबू उद्यान उभारण्याचेही कार्य हीच संस्था करत आहे.

- **चीन**

आपल्या बांबू संपत्तीचा जास्तीतजास्त उपयोग करण्यासाठी चीन भगीरथ प्रयत्न करतो आहे. *(त्याविषयीची माहिती आपण संबंधित प्रकरणात घेतली आहे.)* त्यासंबंधी थोडी जास्त माहिती येथे देत आहे.

बांबू माहिती केंद्र : जगातील असे पहिले केंद्र १९८७ मध्ये बीजिंग येथे परदेशी मदतीने सुरू झाले. बांबूचे सर्वांगीण संशोधन, विकास व उपयुक्तता या संबंधीचे ज्ञान व अनुभवांची आशियातील अभ्यासकांसोबत देवाणघेवाण हे केंद्राचे दीर्घकालीन उद्दिष्ट आहे.

केंद्राच्या ग्रंथालयात तीन लाख पुस्तके आहेत. जगातील १ हजार ६०० नियतकालिके येथे येतात. संस्था दरवर्षी सात नियतकालिके प्रकाशित करते. आजच्या माहितीच्या युगात संगणकाचा व महाजालाचा (internet) कार्यक्षम वापर करण्याला पर्याय नाही. त्यामुळे

चीनमधील वेगवेगळ्या संस्थांमधील ३० तंत्रज्ञ, अभ्यासक फक्त माहितीचे संकलन, वर्गीकरण करण्याचे काम पूर्ण वेळ करतात. संबंधितांचे ज्ञान अद्ययावत राहील यासाठीच्या प्रयत्नात कोणतीही कसर ठेवण्यात येत नाही.

बांबू उद्याने : चार ठिकाणी अशी उद्याने उभारण्यात आली आहेत. त्यापैकी अंजी येथील उद्यानात २२१ जातींची बांबू बेटे आहेत. बांबूचे जितेजागते संग्रहालय (living museum) असा याचा लौकिक आहे.

अशी काही माहिती केंद्रे भारतात डेहराडून, केरळ, अरुणाचल प्रदेश अशा ठिकाणी आहेत. त्याविषयी आपण माहिती घेतली आहे.तसेच अभिमानाची गोष्ट म्हणजे अमरावती जिल्ह्यात वडाळी इथे वनविभागाने ६० बांबूच्या जातींचे उद्यान उभारले आहे. *(त्याची माहिती स्वतंत्र परिशिष्टात दिली आहे.)*

पण हा विषय आपल्या सगळ्यांचा हिताचा, गरजेचा आहे. तो जास्तीतजास्त लोकांपर्यंत पोहोचवणे, त्याचे महत्त्व पटवून देणे यासाठी काय करता येईल?

योग्य जागेची निवड, व्याप्ती, प्रमाण, शक्यता

- अगदी छोट्या प्रमाणातील माहिती केंद्र एखाद्या खोलीतही सुरू करता येईल. बांबूच्या विविध वस्तू, नमुने, छायाचित्रे, काही पुस्तके, प्रकाशने व एक तळमळीचा कार्यकर्ता एवढ्याच गोष्टींची त्यासाठी गरज आहे.
- महाराष्ट्रात पाचशेहून अधिक शाळा असलेल्या अनेक शिक्षणसंस्था आहेत. बांबू विपुल असणाऱ्या भागात एखाद्या शाळेत असे केंद्र, काही जातींची लागवड सहज शक्य आहे.
- **शेतीशाळा, महाविद्यालये :** काही जातींची लागवड, बांबूवरील किमान काही प्रक्रिया विद्यार्थी वा इच्छुकांना शिकवण्याची सोय अशा ठिकाणी सहज करता येईल.
- **विद्यापीठे - कृषी विद्यापीठे :** मराठवाडा सोडून महाराष्ट्राच्या सर्व भागात बांबू नैसर्गिकरीत्या भरपूर आढळतो. बांबूचे व्यापारी-पर्यावरणीय महत्त्व लक्षात आल्यास बांबू संशोधनाला मोठी चालना मिळू शकते.
- **सरकारी वन खात्याची विश्रामगृहे, अभयारण्यातील सरकारी/खासगी रिसॉर्ट्स :** खऱ्या अर्थाने मोठ्या प्रमाणावर बांबू वस्तू संग्रहालय, उद्यान उभारण्यासाठी या आदर्श जागा आहेत. योग्य नियोजन, व्यवस्थापन केल्यास ते चांगले प्रवासी आकर्षण होऊ शकते. आर्थिकदृष्ट्या स्वयंपूर्णच नव्हे; तर चांगला नफाही ते मिळवून देऊ शकते.

भांडवलाची गरज, व्यवस्थापन, देखभाल

माहिती केंद्रे, संग्रहालये, उद्यान हे प्रकार कशा प्रकारे उपयुक्त ठरतील हे आपण पाहिले. त्यासाठीच्या गरजा अशा आहेत :

१. लहानमोठ्या प्रमाणात भांडवल (जागा, इमारत, नमुने) लागते.
२. त्याची सतत देखभाल तसेच ते अद्ययावत करणे यासाठी निधी, आणि

३. सर्वात महत्त्वाचे म्हणजे उत्साही, तळमळीचे मनुष्यबळ.

वरील गोष्टींचे दुर्भिक्ष असल्यामुळे आपल्याकडे वस्तू संग्रहालय हे माध्यम विशेष प्रचारात आले नसावे. पण जिद्द, चिकाटी, उत्साह याच्याच भांडवलावर पुण्यातील ऐतिहासिक वस्तूंचे राजा केळकर संग्रहालय, संधिपाद कीटक संग्रहालय उभी राहिली आहेत. यावरून स्फूर्ती घेऊन निसर्गप्रेमींनी पुढाकार घेण्याची आवश्यकता आहे. पुण्याजवळ मुंढवा येथे वनविभागाची बांबू रोपवाटिका, शिरवळ येथे गोदरेज संस्थेचे उद्यान व उरळीकांचन येथे बायफ (भारतीय ॲग्रो इंड. फाऊंडेशन) यांचे बांबू उद्यान आहे. तिथे असे सुसज्ज माहिती केंद्र, उद्यान अवश्य उभारले जावे.

■■

कल्पनेच्या पतंगावर स्वार होऊन...

सोनेरी संध्याकाळ... बांबूवनातली वळत उतरणारी पायवाट... खळखळत वाहणारा झरा... त्यावरचा नाजूक, पण मजबूत पूल आपण ओलांडतो...

समोरच्या झाडांवर लहानमोठे आकाशकंदील चमकत आहेत. त्याच्यामागे स्वप्नातली वाटावी अशी भलीमोठी, देखणी झोपडी आहे. झोपडीमध्ये जमिनीवर रंगीबेरंगी चटया पसरलेल्या आहेत. भिंतीवरील छतांमधून सोडलेल्या विविध आकारांच्या दीपदाण्या (लॅम्पशेड्स) मंद प्रकाश देत आहेत.

झोपडीतली खुर्च्या, टेबले विविध आकाराची, हलकी पण भक्कम आहेत. आपण खुर्चीत विसावतो. टेबलावर फुलदाण्या, काटे-चमचे-रुमालांसाठीचे स्टँड्स आहेत. सुंदर टेबल मॅट्स आहेत. सुशोभित बाउलमधून वाफाळणारे सूप. पण हे बाऊल पारदर्शक वा चिनीमातीचे नाहीत... आपण जेवायची ऑर्डर देतो...

भिंती सुंदर तट्ट्याच्या बनवलेल्या आहेत. त्यावर सुंदर चौकटीमध्ये छान चित्रे आहेत. बासरीचे सुरेल वादन मन प्रसन्न करते आहे....

जेवण येते. लहानमोठ्या थाळ्या, तो ठेवलेला ट्रे/ट्रॉली एकाच घटक पदार्थापासून बनलेले आहेत. जेवणातही मुख्य पदार्थ एकच आहे... बांबूचे कोंब. पण त्यापासून चिनी, जपानी, भारतीय असे नाना रुचीचे स्वादिष्ट पदार्थ बनवले आहेत.

आपले जेवण-गप्पा चालल्या आहेत. मुले कंटाळली असतील, तर कामट्या, पट्ट्या, अवजारे ठेवलेली आहेत. छोट्यामोठ्या वस्तू बनवून घेणारा मार्गदर्शक आहे. या वस्तू मुले अभिमानाने सोव्हेनिअर (आठवण) म्हणून घरी घेऊन जातील...

वरील परिच्छेदात उल्लेख केलेल्या सर्व वस्तू बांबूपासून बनवलेल्या आहेत, हे सांगायची गरज नाही. हो ना? त्यातल्या बऱ्याचशा आपण पाहिल्या आहेत हेही नक्की. गरज आहे ती त्या एकत्र आणणाऱ्या कल्पक आयोजकाची!

पर्यावरण

बांबूची लागवड करणे व त्याच्या सर्वांगाचा विचारपूर्वक पूर्णपणे वापर करणे हे पर्यावरणाच्या दृष्टीने हिताचे व महत्त्वाचे आहे. कसे ते आपण आत्तापर्यंत वेगवेगळ्या प्रकरणात समजून घेतले आहे. पण हे केल्यामुळे केवढा मोठा व गुणात्मक बदल घडू शकतो हे आपण बघणार आहोत.

वनक्षेत्र व खासगी जमिनीतील बांबू बेटांचे संरक्षण/संवर्धन व योग्य वापर

भारताच्या बहुतांश भूभागात बांबूवने मोठ्या प्रमाणावर आहेत. त्यातील मोठा हिस्सा वनखात्याच्या ताब्यात आहे. त्यात अनेक राष्ट्रीय वने, अभयारण्ये आहेत. हे क्षेत्र फार मोठे आहे. त्याचे व्यवस्थापन करण्याएवढा निधी, मनुष्यबळ वा इच्छाशक्तीही त्या खात्याकडे नाही. आत्तापर्यंत त्यांचा दृष्टिकोन जास्तीतजास्त महसूल मिळवणे एवढाच होता. बांबू, साग, तेंदूची पाने यांचा लिलाव केला जाई. कागद गिरण्या, कंत्राटदार नगण्य किमतीला तो विकत घेत.

परंतु आता वन आणि वनसंपत्तीवर स्थानिक लोकांचा- आदिवासींचा हक्क आहे हे सरकारने मान्य केले आहे. तसा कायदा झाला आहे. अनेक ठिकाणी याचा फायदा दिसून येत आहे. समाजामध्ये आपली निसर्गसंपत्ती, त्यातील विविधता, त्याचे महत्त्व याविषयी जागरूकता निर्माण करणे, लोकसहभागातून त्याचे रक्षण-संवर्धन करणे, त्यातील न्याय्य वाटा सहभागी गटांना देणे याला प्राधान्य देण्याची गरज आहे.

लागवड

वनक्षेत्रातील पड जमिनींवर मोठ्या प्रमाणावर लागवड करता येईल. देशातील ३५% क्षेत्र वनाच्छादित असले पाहिजे असे अभ्यासकांचे म्हणणे आहे. ते सध्या याहून फार कमी आहे. यासाठीही बांबू लागवड हा आदर्श पर्याय आहे. त्याची कारणे अशी :

१. भारतातील सुमारे ७०% प्रदेशात बांबू नैसर्गिकपणे येतो वा त्याची सहज लागवड करता येते.
२. तो अगदी निकृष्ट डोंगराळ जमिनीतसुद्धा येतो.
३. किंबहुना, बांबू लागवडीमुळे अशा जमिनीचा कस सुधारतो. कारण बांबूच्या पसरणारी मुळे तेथील माती घट्ट धरून ठेवतात. ती वाहून जात नाही. गळलेल्या पानांमुळे जमिनीत सेंद्रिय पदार्थांचे (ह्युमस) प्रमाण वाढते.
४. त्यामुळेच वेगाने वाढणारे नाले-नद्या, तीव्र डोंगरउतार इथे बांबू लागवड करावी अशी शिफारस केली जाते. माती धरून ठेवणे, पाणी अडवणे-जिरवणे यामुळे पडिक जमिनीची सुधारणा बांबू सर्वात स्वस्तात व जलद करू शकतो.
५. जिरायती पिकांमध्ये प्रती एकरी जैवभार बांबू लागवडीतूनच सर्वात जास्त निर्माण होतो. त्यामुळे कर्बग्रहणाची क्षमताही अर्थात बांबूचीच सर्वात जास्त आहे. याही दृष्टीने बांबू लागवड, संवर्धन पर्यावरणाच्या हिताचे आहे.
६. बांबू रोपे/कंदांपासून पावसाळी हंगामात लागवड केली व २००-३०० मिमी पाऊस झाला, तर तो सहसा मरत नाही. त्यामुळे झाडे वारंवार लावण्याचा खर्च वाचतो.
७. एकदा बांबू लावल्यानंतर त्यापासून किमान पुढची २५ वर्षे सतत बांबू येत राहतात. म्हणजेच, बांबूची लागवड एकदाच करावी लागते.

वापर

बांबूचा वापर करणे पर्यावरणदृष्ट्या गरजेचे किंबहुना आवश्यक आहे. लोखंड, ॲल्युमिनिअम, प्लास्टिक व लाकूड यांच्याऐवजी अनेक क्षेत्रात बांबू वापरता येतो.

यापैकी लोखंड, ॲल्युमिनिअम इत्यादी धातूंच्या खनिजासाठी खाणी खोदाव्या लागतात. त्यांच्यावरील प्रक्रिया करण्यासाठी अवजड यंत्रसामग्री लागते. तसेच या प्रक्रिया करण्यासाठी उच्च तापमानाची गरज असते. या सगळ्यासाठी प्रचंड भांडवलाची गरज असते. त्यामुळे अशा उद्योगांचे केंद्रीकरण होते. अर्थातच अशा कच्च्या व पक्क्या मालाची वाहतूक मोठ्या प्रमाणावर करावी लागते. यासाठीही इंधन लागते. आणखी महत्त्वाचा मुद्दा म्हणजे धातूंचा साठा कधीतरी संपणार आहे. या सर्व प्रक्रियांमध्ये फार मोठ्या प्रमाणात प्रदूषण तयार होते. तसेच लाकडाचेही भारतातील वनक्षेत्र झपाट्याने कमी होत आहे. घरबांधणीसाठी वापरायचे लाकूड तयार होण्यासाठी मोठा काळ (२५ ते ४० वर्षे) लागतो. झाडांपासून फळे, औषधी आदी अन्य गोष्टीही मिळतात.

याउलट बांबूची लागवड लहानमोठ्या प्रमाणावर अनेक ठिकाणी करता येते. घरबांधणी,

घरगुती वस्तू इत्यादींसाठी बांबूवर प्रक्रिया करावी लागते. त्या करणे सोपे, स्वस्त आहे. बांबूची वाढ वेगाने होते. असे म्हटले जाते की ४० वर्षांच्या झाडाचा जेवढा आकार असतो, तेवढा बांबू ४० दिवसांत होतो. हे विधान पूर्णत: खरे नाही. पण बेट लावल्यापासून सात-आठ वर्षांनंतर जो बांबू येतो, तो पुढच्या तीन वर्षांत खरोखर ४० वर्षांच्या झाडाच्या लाकडाएवढा होतो. तसेच त्याची उपयोगिता संपल्यावर तो मातीत मिसळून जातो. सध्याच्या कळीच्या शब्दांत सांगायचे म्हणजे, तो विघटनक्षम (bio degradable) आहे. असे असूनही आपल्या देशात उपलब्ध बांबूपैकी फक्त १८% बांबूचा वापर केला जातो असे एक सर्वेक्षण सांगते.

हे वाचल्यावर वाचकांना सहज प्रश्न पडेल. तो म्हणजे, असे सर्व गुण बांबूमध्ये असतील, तर त्याची लागवड व वापर मोठ्या प्रमाणावर का होत नाही? यातील लागवडीसंबंधी विचार संबंधित प्रकरणात केला आहे.

बांबूचा वापर पुरेपूर न होण्यामागचे महत्त्वाचे कारण आपणा सर्वांचीच- म्हणजे उपभोक्ता, उद्योजक व मुख्यत्वे सरकारी यंत्रणा यांची- मानसिकता असावी असे वाटते.

आपले बांबूकडे बघणे अतिशय तोकडे आहे. घरातल्या काही शोभिवंत वस्तू बनवण्यासाठीची तकलादू वस्तू असाच आपला समज असतो. किंवा बांबू ही गरिबांसाठीची उपयुक्त वस्तू असे समजले जाते. (त्यामुळे गरीबही आपण 'गरीब' नाही हे दाखवण्यासाठी बांबूचा वापर शक्यतो टाळतात!) सर्व प्रकारचा कागद, प्लाय असा हजारो टन वापरल्या जाणाऱ्या गोष्टी मुख्यत: बांबूपासून बनतात हे सुशिक्षित माणसाला ठाऊक नसते; तर आरसीसी बांधकामातील लोखंडी सळयांची जागा बांबू घेऊ शकतो, हे कसे मान्य होणार? आणि अशी न विकली जाणारी वस्तू बनवायला कोण उद्योजक तयार होईल?

प्लास्टिक

आजचे युग प्लास्टिकचे आहे असे म्हटले जाते. त्यामुळे त्याविषयी अधिक सांगायची गरज नाही. प्लास्टिकचे काही गुणधर्म त्याला कारणीभूत आहेत. (त्यामुळेच अगदी घरापुरते बघायचे झाले तरी टीव्ही, फ्रीज यापासून कॅरी बॅगपर्यंत वस्तू प्लास्टिकच्या दिसतात.) उदाहरणार्थ, ते पिसासारखे हलके व पोलादाहून कठीण बनू शकते. त्याच्या एकाच आकारमानाच्या पारदर्शक वा रंगीत अशा कोट्यवधी वस्तू बनू शकतात. कोणत्याही रंगात ते बनवता येते. त्याचे हवाबंद डबे बनू शकतात.

बांबू प्लास्टिक वा धातूंची जागा पूर्णपणे घेऊ शकत नाही. परंतु बांबूच्या क्षमतेचा १०% वापरही आज आपण करत नाही. चीनसारखा महाकाय देश आज बांबूआधारित अर्थव्यवस्था आणू पाहतो आहे. महाराष्ट्रापुरते बोलायचे झाल्यास उसाऐवजी बांबूची लागवड केली, तर ग्रामीण रोजगारनिर्मिती, सर्वांसाठी घरे, ऊर्जानिर्मिती या गोष्टी घडू शकतात, पाण्याचा व पर्यावरण ऱ्हासाचा प्रश्न सुटू शकतो असे तज्ज्ञांचे म्हणणे आहे.

कचऱ्याची बादली का प्लास्टिकचा कचरा?

आपल्या घरातील साधी २०-२५ रुपयांची कचऱ्याची बादली कशी, कुठून येते ते पाहू. खनिज तेल ⟶ सौदी अरेबिया ⟶ प्रक्रियेसाठी गुजरातमध्ये ⟶ प्लास्टिक दाणे (granules) वस्तुनिर्मितीसाठी दिल्ली वा मुंबईत ⟶ बनलेली बादली बंगलोर वा पुण्यात ⟶ ती तुटल्यावर धारावी इथे प्रक्रियेसाठी ⟶ परत प्रवास सुरू

या सर्व प्रक्रियेसाठी, तसेच यंत्रसामग्री, साचे बनवण्यासाठी धातू तसेच वाहतूक यासाठी प्रचंड ऊर्जा लागते. या सगळ्यासाठी परकीय चलन लागते, ते वेगळेच. तसेच ते पूर्णतः नष्ट होत नाही. जगभरात दरवर्षी कोट्यवधी टन प्लास्टिक कचरा वाढतो आहे.

या उलट बांबू महाराष्ट्रातील कोणत्याही भागात ५०-१०० किमी अंतरावर उपलब्ध आहे. अगदी २०-२५ किमी अंतरावर बांबू वस्तुनिर्मिती केंद्रे उभारणे शक्य आहे. मानवी श्रम वा अगदी कमी ऊर्जा या प्रक्रियेसाठी पुरते. या किमतीतील सर्व रक्कम शेतकऱ्यांना व कारागिरांना मिळते. ही वस्तू तुटल्यावर मातीत गाडली की त्याचे खत बनते.

सरकारी यंत्रणा

आपली नैसर्गिक संपत्ती (पाणी, वने, जंगले इत्यादी) मोलाची आहेत. त्याचे रक्षण करणे आपल्या प्रत्येकाचे कर्तव्य आहे. याविषयी जागरूकता निर्माण करण्यामध्ये आपल्या यंत्रणा अत्यंत उदासीन आहेत. हे सर्वच क्षेत्रात प्रकर्षाने दिसून येते. बांबूही त्याला अपवाद कसा असणार? त्यामुळे संबंधित कोणत्याही क्षेत्रामधील भरीव संशोधन (लागवड, वापर, उपयुक्तता वाढवणे) भारतात घडलेले नाही, असे नाइलाजाने म्हणावेसे वाटते.

■■

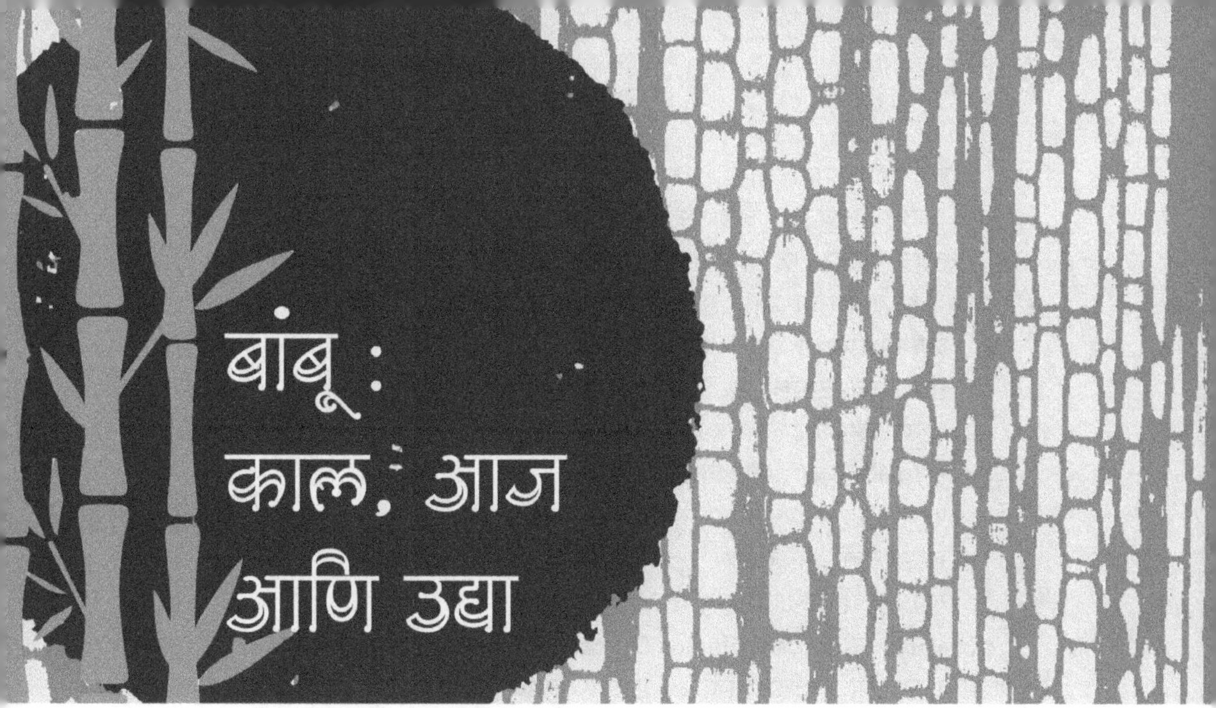

मानवप्राणी किती पूर्वीपासून बांबूचा विविध प्रकारे उपयोग करत आला आहे, हे आपण पाहिले. पण त्याचे व बांबूचे नाते त्याच्याही खूप पूर्वीपासून आहे.

अंदमान बेटावरच्या व इंडो-चायनातल्या काही जमातींची अशी श्रद्धा आहे, की पहिल्या मानवाचा जन्म बांबूमधूनच झाला. त्यातल्याच एका जमातीत एक कथा प्रचलित आहे. त्याप्रमाणे आधी पुरुष एकटाच होता. म्हणून देवाला त्याची दया आली. देवाने बांबू चिरला. त्यामधून स्त्री बाहेर आली. बांबू सहजपणे उभा चिरता (दुभंगता) येतो. त्या गुणाचा या कथेशी संबंध असावा.

इंग्लिश भाषेत बांबू हाच शब्द वापरला जातो. तो मूळचा कन्नड भाषेतील शब्द. तिथून तो आधी मलाय भाषेत गेला व तिथून तो इंग्लिशने घेतला.

आधुनिक जगामधील काही महत्त्वाच्या घडामोडी, शास्त्रीय शोधही बांबूमुळेच शक्य झाले.

१. **रेशीमनिर्मिती :** चौथ्या शतकापर्यंत रेशमी कपडे ही चीनची मक्तेदारी होती. रेशमाचे किडे व ते ज्या तुतीच्या पानांवर वाढवतात, ती पाने या दोन्ही गोष्टी व त्यांची माहिती परकीयांना मिळू नये म्हणून अतिशय कडक बंधने लादली होती. काही ख्रिस्ती धर्मोपदेशकांनी चलाखीने त्या पोकळ बांबूत ठेवून त्यांच्या देशात नेल्या; आणि जगाला रेशीम उद्योगाची माहिती कळली.

२. **इलेक्ट्रिक बल्ब :** १८७५ मध्ये थॉमस एडिसन यांनी विजेचा शोध लावला, हे आपल्याला ठाऊकच आहे. पण त्यासाठी अनेक प्रयोग

करूनही त्यांना योग्य प्रकारचा तंतू मिळत नव्हता. अखेरीस बांबूच्या तंतूचे त्यांनी शुद्ध कार्बनमध्ये रूपांतर केले; आणि हा प्रयोग यशस्वी ठरला.

३. **अवकाशप्रवास** : ही कल्पना माणसाला सुचली व त्या काळात शक्य झाली ती फक्त बांबूच्या गुणधर्मामुळेच! आशियातील उडते पतंग पाहून युरोपीय संशोधकांना ग्लायडरची संकल्पना सुचली. या ग्लायडरचा सांगाडा बांबूचाच होता.

१९०७ मध्ये सांतो द्युमो (Santus Dumos) यांनी बांबू सांगाड्याच्या विमानाचे यशस्वी उड्डाण केले. त्याच्या पंखांची लांबी १५ फूट व विमानाची लांबी २४ फूट आहे. या विमानाची प्रतिकृती ब्राझीलमधील रिओ-दि-जानेरो येथील संग्रहालयात ठेवली आहे.

मराठी इतिहास व बांबू यांचे अभिन्न नाते आहे. मराठी सैन्याचे मुख्य शस्त्र भाले हेच होते. ते १०-१५ फूट लांब असत. त्याला मागे तेवढीच लांब दोरी बांधलेली असे. त्यामुळे जवळजवळ २५ फूट लांब त्याचा पल्ला असे. शिवाय, दोरी ओढून भाला परत हातात घेता येई. या भाल्याला मागे छोटे निशाणे असत. असे भाले नाचवत धावून येणारे मराठी सैन्य हृदयात धडकी भरवते असे वर्णन एका परकी निरीक्षकाने नोंदवले आहे. तसेच वारकऱ्यांच्या हातातील गुढीही याच बांबूची असते. पालखीसाठीही बांबूचा वापर केला जातो. म्हणजे शक्ती व भक्ती या दोन्ही संप्रदायांचे बांबूशी अतूट नाते होते.

अलाहाबाद हरिद्वार आश्रम या संस्थेने कृत्रिम सांध्यांसाठी धातू, प्लास्टिक वा लाकूड यांच्याऐवजी बांबूचा प्रयोग केला आहे. बांबूच्या शरीररचनेमुळे तो या कामासाठी जास्त योग्य आहे, असे निष्कर्ष मिळाले आहेत.

■■

विभाग ६:
परिशिष्ट

इंडोनेशियातील खास छप्पर

परिशिष्ट १

१ : संपूर्ण बांबू केंद्र, मेळघाट

कै. विनू काळे

ऐंशीच्या दशकातच बांबूचे वेगळेपण, त्याची क्षमता, त्यातील शक्यता ज्यांच्या लक्षात आल्या, त्यापैकी कै. विनू काळे हे बिनीचे नाव. लहानपणी वर्धा इथल्या बुरुडांचे सुंदर विणकाम बघून ते बांबूच्या प्रेमात पडले. नंतर ते आर्किटेक्ट बनले. पण त्यांचे पहिले प्रेम बांबू हेच राहिले. टोपल्या, सुपे, रोवळ्यांच्या त्या जमान्यात त्यांनी बांबूपासून ब्रीफकेस, लॅंपशेड्स, हॅंगर अशा अनेक वस्तूंची सुंदर डिझाईन बनवली. आदिलाबाद, आंध्र इथल्या कारागिरांना अशा वस्तू बनवायची प्रेरणा दिली, त्याचे तंत्र विकसित केले.

१९९० च्या सुमारास श्री. सुनील देशपांडे त्यांच्या संपर्कात आले; आणि बांबूचे नादिष्ट बनले. बांबू कारागिरी, व्यवसाय, त्यातली आव्हाने, समस्या समजून घेण्यासाठी त्यांनी अनेक वर्षे आंध्र प्रदेश, झारखंड, छत्तीसगढ (तेव्हाचा मध्य प्रदेश)मध्ये घालवली. कै. नानाजी देशमुखांच्या चित्रकूट इथल्या उद्यमिता ग्रामीण विद्यापीठात उमेदवारी केली आणि एवढी शिदोरी घेऊन ते नागपूरला परतले.

१९९६ मध्ये संपूर्ण बांबू केंद्राची स्थापना झाली. पण दुर्दैवाने विनू काळे यांचा पुढच्याच वर्षी मृत्यू झाला. संस्थेची धुरा सुनीलजींवर येऊन पडली. कुपोषण, रोगराईमुळे (कु)प्रसिद्ध पावलेल्या मेळघाटमध्ये लवादा या गावात संस्थेच्या कामाला सुरुवात झाली. तिथल्या पुढच्या वाटचालीची ही झलक :

संस्थेचा मुख्य उद्देश तिथल्या आदिवासींचा अन्न, रोजगार, निवारा समस्या सोडवणे हा आहे. त्यासाठी बांबूएवढे चांगले साधन दुसरे कोणते असणार? आज संस्थेची चांगली रोपवाटिका आहे. तिथे १८-२० जातींचे बांबू उपलब्ध आहेत. सभासदांच्या क्षेत्रात २० हजाराहून जास्त बांबूची लागवड झाली आहे. पण सुनीलजींचा प्राधान्यक्रम स्पष्ट आहे. ज्वारी, भात, डाळी ही तिथली परंपरागत पिके. त्याने अन्नाची शाश्वती मिळते. आधी त्याची लागवड करायची. उरलेल्या पडीक जागेत वा शेताच्या हद्दीवर बांबू.

प्रशिक्षण : संस्थेने दुसरा उपक्रम चालू केला; तो म्हणजे स्थानिकांना बुरुडकामाचे प्रशिक्षण. आजपर्यंत सहा हजारहून जास्त व्यक्तींना असं वेगवेगळ्या कालावधीचे प्रशिक्षण दिले आहे. पण यात फक्त स्थानिक नाहीत. भारतातल्या विविध भागांत, तिथल्या संस्थांच्या मदतीने संस्थेने अशा प्रशिक्षणाचे वर्ग आयोजित केले. घरबांधणी, फर्निचर निर्मिती; तसेच विविध आधुनिक वस्तूंच्या निर्मितीसाठी असे प्रशिक्षण दिले जाते. इंदिरा गांधी मुक्त विद्यापीठाचा सहा महिन्यांचा बांबू व्यवसाय प्रशिक्षणाचा कोर्स करण्याची सुविधा फक्त लवाद्यामध्येच आहे.

घरबांधणी : संस्थेने आजपर्यंत १० × १० फूट ते ४० × ५० फूट अशा विविध आकाराची १६०० हून जास्त घरे भारतभरात बांधली आहेत; तर निव्वळ बांबूची ३०० हरितगृहेसुद्धा. बांबू छान दणकट मटेरिअल आहे आणि आपल्या जुन्या पद्धती-तंत्रे पुरेशी सक्षम आहेत, असे सुनीलजींचे म्हणणे आहे. त्यामुळे बांबू टिकाऊ बनवण्याच्या आधुनिक प्रक्रिया वापरायची गरज त्यांना वाटत नाही. प्रति चौरस फूट रु. ४०० ते १२०० या किमतीला बांधलेली घरे किमान १५ ते २० वर्षे टिकतात, असा त्यांचा अनुभव आहे.

बांबू वद्य पक्षातच तोडणे, पाण्यात वा उभा ठेवून त्यातील स्टार्च घालवणे या गोष्टी पुरेशा आहेत, असे त्यांना अनुभवाने दिसून आले. पण आणखी दोन सोप्या प्रक्रिया स्वत: वापरून त्याही अतिशय कार्यक्षम आहेत हे सुनीलजींनी दाखवून दिले आहे. त्या म्हणजे काजू टरफलाचे तेल वापरणे वा धुरी देणे.

काजू टरफलाचे तेल (CNS Oil) **:** काजूगराच्या बाहेर एक टरफल (कवच) असते. त्यापासून बनणारे तेल कित्येक शतके होड्यांना जलरोधक म्हणून वापरले जात आहे. ते रॉकेलमध्ये मिसळून बांबूवर त्याचा थर दिला जातो. कोकणात काजू लागवड बरीच आहे व बांबूखालील क्षेत्रही. हे तेल रु. ७०-८० लीटर दराने मिळते. किमान घरगुती वापरासाठी असा प्रयोग करून बघितला जावा असे वाटते.

धुरी देणे : हा शोध सुनीलजींना अपघातानेच लागला. ते वर्धा येथील सेवाग्राम आश्रमात गेले होते. सहज बोलताना तेथील व्यवस्थापकांनी सांगितले की, तेथील बाकी अनेक झोपड्या पडल्या, पण स्वयंपाकघराची ६० वर्षांपूर्वी बांधलेली कोठी अजून वापरात आहे.

ही कोठी बांबूची आहे. स्वयंपाक करतानाच्या धुरामुळे हा बांबू टिकला असावा हे त्यांच्या लक्षात आले आणि त्यांचे विचारचक्र फिरू लागले. त्यातूनच त्यांनी आराखडा बनवला व असे संयंत्र त्यांना मुंबई आयआयटीने बनवून दिले. प्रयोग करतकरत सुनीलजींनी त्याहून सुटसुटीत धुराची कोठी बनवली आहे. मूळ संयंत्राची किंमत १.२५ लाख रुपये होती. ते आता फक्त २५ हजार रुपयांत बनते.

घरबांधणीमध्ये चौथरा सोडून बाकी सर्व घटक बांबूचे वापरता येतात. (अगदी छपराच्या टाईलसुद्धा आसाममध्ये बांबू आणि संमिश्र पदार्थांपासून बनवल्या जातात.) हे संपूर्ण बांबू केंद्राने भारतभरात दाखवून दिले आहे.

विविध वस्तू व रोजगारनिर्मिती

संस्थेतर्फे अतिशय अभिनव अशा विविध प्रकारच्या वस्तू (उदाहरणार्थ, स्वयंपाकघरासाठीच्या, दागिने, शोभेच्या) बनवल्या जातात. अशीच एक आधुनिक निर्मिती म्हणजे बांबूच्या राख्या. या पर्यावरणस्नेही राख्या पूर्ण महाराष्ट्रात स्वयंसेवी संस्थांच्या माध्यमातून विकल्या जातात. त्याला खूप चांगला प्रतिसाद मिळतो आहे.

निव्वळ राख्यांचीच विक्री पाच ते सहा लाख रुपयांची होते. या केंद्रामुळे मेळघाटातील ८५ गावांमध्ये सुमारे ३०० कुटुंबांना रोजगार निर्माण झाला आहे. प्रत्येक कारागीर क्षमतेप्रमाणे १५० ते ५०० रुपये असा रोजगार मिळवतो. त्यात अनेक महिला व काही अपंगही आहेत.

पुढचे पाऊल - ग्रामज्ञानपीठ

संस्थेने आता पुढचे ध्येय ठरवले आहे ते ग्रामज्ञानपीठ उभारण्याचे. विविध क्षेत्रांमधले परंपरागत ज्ञान, तंत्रज्ञान व कौशल्ये यांचे संवर्धन व त्याची बदलत्या काळानुसार सांगड घालण्याचे. लोखंड, पितळ, लाकूड, बांबू, मातीकाम, वीणकर व चर्मोद्योग यांचा त्यात समावेश आहे. गुरुकुल पद्धतीने हे शिक्षण दिले जाणार आहे.

साथ : या केंद्राला अगदी सुरुवातीपासून टाटा ट्रस्टने आर्थिक पाठबळ दिले. 'विदर्भ बांबू मिशन' या नावाने समविचारी कार्यकर्ते विदर्भात विविध प्रकारचे कार्य करत आहेतच; पण सुनीलजींना प्रथमपासून भक्कम साथ दिली आहे ती पत्नी श्रीमती निरुपमा यांनी. त्या स्वत: कोरकू आदिवासी समाजात पूर्ण मिसळून गेल्या आहेत. सुनीलजींच्या पत्नी एवढीच त्यांची ओळख नाही. मेळघाटमध्ये अतिशय मोठ्या प्रमाणावर त्यांनी महिला बचत गटाचे काम उभे केले आहे. या गटाचे दप्तर (रेकॉर्ड्स), नोंदी कोरकू भाषेत ठेवण्याची पद्धत स्वीकारून त्यांनी या महिलांना नवीन विश्वास दिला. आदिवासी परंपरा-संस्कृती यांच्याही त्या अभ्यासक आहेत.

पत्ता : संपूर्ण बांबू केंद्र, लवादा, पो. दुनी, ता. धरणी, जि. अमरावती

इ-मेल : sampurnabamboo@gmail.com

वेबसाईट : www.sbk.nic.in

२ : श्री. सलीमभाई सय्यद, वनपाल

वडाळी रोपवाटिका, वडाळी, जि. अमरावती संपर्क : ९८६०२ २०८५१

सामान्य माणसाच्या जिद्दीला व परिश्रमाला सरकारी यंत्रणेचे पाठबळ लाभले, तर केवढे मोठे काम उभे राहू शकते, याचे जितेजागते उदाहरण म्हणजे वनपाल (फॉरेस्टर) श्री. सलीमभाई व वनविभागाची वडाळी येथील रोपवाटिका!

अमरावती-नागपूर रस्त्यावरती वडाळी इथे वनविभागाची रोपवाटिका आहे. सलीमभाई ३० वर्षांपूर्वी तिथे नोकरीला लागले. १९९४ मध्ये श्री. शर्मा नावाचे अधिकारी तिथे प्रमुख होते. त्यांनी सलीमभाईंना बांबूचे विविध उपयोग, त्याचे महत्त्व यांची माहिती दिली; वेगवेगळ्या जाती गोळा करायची गरज पटवून दिली. त्यातून या कहाणीची सुरुवात झाली.

सुरुवातीला काही वर्षे सहजपणे मिळणाऱ्या सहा-सात बांबू जातींची रोपवाटिका त्यांनी तयार केली. कारण वेगवेगळ्या जातीची रोपे मिळवायची हे काही सोपे काम नाही. त्यासाठी जगभरात संपर्क पाहिजे, सतत हिंडत राहायला हवे. हे सगळे खूप खर्चीक काम आहे.

टाटा ट्रस्टला २००३ मध्ये त्यांच्या कामाची माहिती मिळाली. कामाचे महत्त्व लक्षात घेऊन ट्रस्टने वनविभागाला सढळ हस्ते मदत दिल्याने सलीमभाईंच्या कार्याला गती मिळाली.

आसाम, अरुणाचल प्रदेश, नागालँड, उत्तराखंड इथल्या जाती त्यांनी स्वत: जाऊन आणल्या. बांबूचे माहेरघर आग्नेय आशिया येथूनही अनेक जाती त्यांनी वडाळीला आणल्या.

बांबूच्या विविध जातींचे बियाणे नेहमी मिळत नाही. बियांची उगवणक्षमताही ठरावीक काळ असते. अनेक जातींची बियाणी सारखीच दिसतात. रोपे एक-दोन वर्षांची झाल्यावर त्यातला फरक लक्षात येतो. बांबू रोपेनिर्मितीची दुसरी पद्धत आहे, ती फांद्यांपासून रोपे बनवायची. बांबूचे छाट आर्द्रता टिकवून घेऊन यायचे, वेगवेगळी रसायने त्याच्या पेरात भरायची, मातीतला ओलावा टिकवायचा, बदलत्या हवामानाप्रमाणे योग्य उपाय करायचे... हे सगळे काम सलीमभाईंनी निगुतीने अनेक वर्षे केले....

... आणि त्यातून आज वडाळीला तब्बल ६० जातींची बांबू बेटे उभी आहेत! वनविभागाची लागवडीसाठी व विक्रीसाठी दहा-पंधरा जातीची रोपे उपलब्ध आहेत. हौशी बागकाम करणारे ते सजग शेतकरी यातल्या कुणालाही, या कामासाठी किती चिकाटी, नेटकेपणा लागतो हे सहज लक्षात येईल.

देशभरातल्या महत्त्वाच्या जाती-प्रजाती तर इथे आहेतच. त्याशिवाय या रोपवाटिकेत इंडोनेशियामधला काळा बांबू आहे, चीनमधील सगळ्यात आर्थिक महत्त्वाचा मोसो बांबू आहे, लॅटीन अमेरिकेतला कणखर गुआडुआसुद्धा आहे.

बांबू ताठ, सरळ वाढतो असा आपला समज आहे; पण अंदमान बेटावरून आणलेल्या दोन जाती वेलासारख्या वाढणाऱ्या आहेत. एका झाडावरून दुसऱ्या अशी त्यांची शंभर-सव्वाशे फूट वाढ आत्ताच झाली आहे.

बांबू वर्गीकरण, नामकरणाच्या क्षेत्रात किती काम करणे बाकी आहे याचे एक चांगले

उदाहरण त्यांनी दिले. अमरावतीपासून जवळच्याच गडचिरोली जिल्ह्यातून वेगळ्या वाटणाऱ्या तीन बांबू जाती त्यांनी रोपवाटिकेत लावल्या. त्यातल्या दोन जाती वेगळ्या आहेत. त्यांचे नामकरण अद्याप झालेले नाही, असे लक्षात आले आहे.

टाटा ट्रस्टच्या सहयोगामुळे सलीमभाईंना एक मोठी संधी मिळाली. ती म्हणजे २०१४ मध्ये त्यांना चीनमधील बांबूविषयक प्रदर्शन बघता आले. तिथले बांबूचे विश्व पाहून ते भारावूनच गेले. आंतरराष्ट्रीय निर्बंधामुळे तिथून वेगळ्या जातीच्या बांबूच्या बिया वा फांद्या आणता आल्या नाहीत, याची मात्र त्यांना खंत वाटते.

चीन सरकार बांबू लागवड व शेतकऱ्यांच्या हिताचे कोणते प्रयत्न करते आहे हे त्यांना प्रत्यक्ष बघता आले. तेथील एक योजना आपल्या येथेही राबवण्यासारखी आहे. चीन सरकार वनविभागातील जमीन बांबू लागवडीसाठी शेतकऱ्यांना खंडाने देते. बांबूचे कोंब हे चिनी जनतेचे आवडते खाद्य आहे. ठरावीक बांबू वाढल्यानंतर जे कोंब येतात ते शेतकरी विकू शकतात. येणारा कोंब छाटल्यावर बेटातून नवीन भरपूर कोंब बाहेर पडतात. एक कोंब दीड/दोन किलो वजनाचा असतो व सुमारे ६० रुपये किलो दराने विकला जातो. यामुळे शेतकरीही बांबू बेटाची राखण व योग्य वाढ यासाठी प्रवृत्त होतात.

बांबू उद्यान उभे करण्यामागे वनविभागाचा आणखी एक चांगला उद्देश आहे, तो म्हणजे वेगवेगळ्या जातींच्या बांबूचा तुलनात्मक अभ्यास करणे, त्यातून महाराष्ट्रात योग्य जाती लागवडीसाठी निवडणे. चिनी मोसो, लॅटीन अमेरिकेतला गुआडुआ, बांबूसा बल्कुआ अशा नामवंत जाती वडाळीला वाढत आहेत. त्यांची वाढ बघून सलीमभाईंचे असे मत झाले आहे, की कुठेतरी हद्दीवर दोन-चार बांबू बेटे लावून विसरून जायचे दिवस आता संपले. चांगली निगा, योग्य खतपाणी दिल्यावर बांबू कसा भरभरून वाढतो, हे ते रोज बघत आहेत.

या कामामध्ये टाटा ट्रस्ट आणि वनसंचालक श्री. गौरसाहेब आणि सह वनसंचालक श्री. सोमराजसाहेब यांचा भक्कम पाठिंबा मिळाला. त्यांच्या सहयोगामुळेच हे शक्य झाले असे सलीमभाई आवर्जून सांगतात. नियम, तरतुदी, बजेट यातून रस्ता काढून रोपवाटिकेच्या सर्व मागण्या त्यांनी त्वरित पुरवल्या, म्हणूनच ही रोपवाटिका उभी राहिली.

जाताजाता...

या कामाची दखल घ्यावी असे कुठल्याच माध्यमाला अद्यापही वाटलेले नाही. सलीमभाईंचे काम फक्त बांबू वा रोपवाटिकेपुरतेच मर्यादित नाही. आपले काम चोखपणे, सातत्याने करणाऱ्या अशा माणसांमुळेच समाज घडत असतो, पुढे जात असतो.

केरळमधील बांबूविषयक जागृतीसंबंधी पुस्तकात माहिती दिली आहे. तेथील पिची येथील रोपवाटिकेत सुमारे ७० जातींचे बांबू आहेत. पण सलीभाईंच्या झपाट्यामुळे (व वरिष्ठांच्या सहकार्यामुळे) आज वडाळी इथे बांबूच्या ६० जातींचे उद्यान तयार झाले आहे. भारतातील सर्वात मोठे बांबू उद्यान वडाळी इथे उभे राहो, अशी या पुस्तकाच्या निमित्ताने आपण श्री. सलीमभाईंना शुभेच्छा देऊ!

परिशिष्ट १ : संबंधित संस्था

1. Forest Research Institute, Dehardun भारतातील वनविषयक संशोधन करणारी आद्य संस्था
2. National Mission for Bamboo Application
3. International Network for Bamboo and Rattan (Inbar) बांबूसंबंधित अग्रगण्य आंतरराष्ट्रीय संस्था
4. Indian Plywood Research and Training Institute, Bengluru प्लायवूडसंबंधी संशोधन
5. Indian Council for Agri. Research भारतभर शाखा, शेतीविषयक संशोधनातील प्रमुख संस्था
6. Indian Design Centre, IIT Pawai, Mumbai
7. Micro Common Facility Centre, IIT Pawai, Mumbai
8. Kerala Forest Research Institute, Pichi, Kerala बांबू माहिती केंद्रे, संशोधन, प्रकाशने
9. Kerala Bamboo Corpn., Kerala
10. The Prototype Dev. and Training Centre, Howrah, West Bengal
11. Indian Bamboo Resources and Technology, Manipur
12. Tripura Renewable Energy Dev. Agency, Agartala
13. Centre for Indian Bamboo Resources and Tech., Manipur
14. Tamenlong Bamboo and Cane Development Centre, Manipur
15. Triupra Bamboo and Cane Development Centre, Agartala
16. State Forest Research Institute, Itanagar, Arunachal Pradesh
17. Bramhaputra Valley Food, Itanagar, Arunachal Pradesh
18. North-East Dev. Finance Corp., Gohatti
19. Kusan Forest Products Ltd., Gohatti
20. Cane and Bamboo Tech Centre, Gohatti
21. Uttranchal Bamboo Cane Dev. Centre
22. Bomboo Products and Design Dev. Centre, Dehradun
23. Garnett Tools, Devas, Madhya Pradesh बांबूविषयक यंत्रसामग्री बनवणारी खासगी संस्था
24. Bamboo Research Centre of National University, Columbia
25. Gurunanak Nirmitee Udyog, Tinsukhia, Assam
26. Sampoora Bamboo Kendra, Lavada, Dist. Amravati स्वयंसेवी संस्था
27. Appropriate Rural Tech. Institute, ARTI, Pune बांबू प्रक्रिया, बांधकाम व रचना
28. M. J. Industries, Bengluru
29. Bamboo Sarvaswa, Mulshi, Pune
30. Conbak, Kudal, Sindhudurga उच्च दर्जाचे बांबू फर्निचर, घरे
31. Bamboo Masters, Pune कारागिरांसमवेत काम करणारी संस्था
32. Green Technologies, Kudal कारागिरांसमवेत काम करणारी संस्था
33. Centre for Bamboo Resoruces and Tech. (Cibart) महत्त्वाची स्वयंसेवी संस्था (एनजीओ)

परिशिष्ट ३ : भारतीय पुस्तके

पुस्तकाचे नाव	लेखक/संस्था	प्रकाशन	विषय/प्रकाशक
The Bamboosaceae of British India	J. M. Gamble	१८९६	भारतीय उपखंडातील बांबू
Bamboos and Canes	S.K. Kallapur	१९७९	खादी ग्रामोद्योग आयोग
बांबू वनशेती	श्रीकांत थत्ते	१९९५	कॉन्टिनेन्टल प्रकाशन
Local tools, Equipments and Technologies	N. Gangadharan	१९९७	Inbar
Colouring Bamboo Strips with Natural Dyes	IDC/IIT, Powai		Indian Centre for Bamboo and Technology I.I.T. Pawai
Tools, Technology, Finishes and Design for Bamboo	Edit. Prof. A.G. Rao		IIT, Pawai
Bamboos of India - A Compendium	Seetalaxami and Mukteskumar	१९९८	भारतातील बांबू जातींची सचित्र माहिती
Policy and Legal Issues in Cultivation and Utilisation of Bamboo in Govt. and Community Land	L. Mohanan		बांबूविषयक कायदे/ नियम
Insects, Pests of Bamboos in Asia	Satishkumar		Inbar- ८०३ जातींच्या किटकांची माहिती
Diseases of Bamboo in Asia	Mohanan		केरळ वनसंशोधन संस्था, १७० प्रकारचे रोग, विषाणू यांची समग्र माहिती.
बहुगुणी बांबू	श. म. केतकर	२००४	कृषी ग्रंथ भांडार
Building with Bamboo	National Mission on Bamboo Application	२००८	बांधकामातील बांबूचा वापर
भारतीय वाचे	ह. श्री. शेणोलीकर	२०१०	विश्रांती दिवाळी अंक / सं. नीलिमा शिकारखाने - काष्ठायन

परिशिष्ट ४ : परदेशी पुस्तके

1. Bambuseas, F.J. Ruprect, 1839, बांबू वर्गीकरण
2. Les Bamboos, August Rewre, 1890, फ्रेंच भाषेतील बांबूवरील पहिले पुस्तक
3. A Bamboo Garden, A.B. Freeman, 1896, अमेरिकेत बांबूविषयक प्रसिद्ध झालेले पहिले पुस्तक
4. A Monograph of Bambusaceae, Colonel W. Munroe, 1901
5. Properties and Appli. Bamboo Wood, B. UVO, 1940
6. Bamboo a Fresh Perspective, F.A. Mcclure, 1966, बांबूविषयक संपूर्ण माहिती
7. Bamboo, Robert Austin and Dr. Yeda, 1970
8. Ecology of Grasslands and Bamboolands in World, Editor : Makota Numata, 1979
9. Bamboo in Building Structures, J.J. Jansen, 1981
10. Building with Bamboo, J.J. Jansen, 1988
11. Mechanical Properties of Bamboo, J.J. Jensen, 1991
12. Bamboo as Engineering Material, J.J. Jansen, 1991
13. Chinese Bamboo Handicraft : Zhanong Qischeng, 1997, China Forestry Publishing House
14. Gardeners Guide to Growing Temperate Bamboos, Michel Bell, 2000
15. Inspiration - Receipes Featuring Bamboo Shoots, R. Quachik, 2003 पाककृती, प्रकाशक : इनबार
16. An Anotated Bibligraphy on Bamboo of the World, 2003, Bamboo Information Centre, Kerala बांबूविषयक संपूर्ण माहिती
17. Bamboo The Gift of the Gods : Oscar Hidalgo Lopez, 2003, बांबूविषयी समग्र माहिती
18. Useful Bamboo and Edible Sprouts, Koichiro Yeda
19. Bamboo in Kioto, Japan, Dr. Yeda, N. Toda,
20. Bamboos in Construction, Jayanatti and Fovet, T.R. Ad Tech Ltd.
21. Flora Republiki Popularis Scenica Tomas, चीनमधील बांबू
22. Compendium of Chinese Bamboos, Zhu Shilin, China Forestry Publishing House
23. Cultivation and Utilisation of Bamboo, Fue Maoyi
24. Bamboo Preservation Compendium, W. Liese

लेखक परिचय

शरदचंद्र महादेव केतकर

- फर्ग्युसन महाविद्यालयाच्या जीवशास्त्र विभागात प्रात्यक्षिकदर्शक (डेमॉनस्ट्रेटर) १९५०-१९६०
- भारतीय प्राणिशास्त्र सर्वेक्षण मंडळाच्या पश्चिम प्रादेशिक शाखा, पुणे - ज्युनियर सायंटिफिक ऑफिसर १९६०-१९६६, १९६३
- संधिपाद प्राणिसंग्रहालयाची स्थापना (१९७०); कार्यकारी विश्वस्त
- महाराष्ट्रातील पहिली बांबू परिषद (१९९५) आणि दुसरी बांबू परिषद (२००४) यांच्या आयोजनात सहभाग
- महाराष्ट्रात अनेक ठिकाणी 'बांबू प्रदर्शन' आयोजित केले.
- *संग्रहालय परिचय, बहुगुणी बांबू, पर्यावरण पोषक शौचकूप* आदी पुस्तके प्रसिद्ध
- शालेय विद्यार्थ्यांच्यात जीवशास्त्र विषयाची आवड निर्माण करण्याचे ध्येय; त्यादृष्टीने अनेक स्पर्धा आयोजित केल्या.

श्रीनिवास पंडित

- व्यावसायिक व प्रकाशक
- शेती, ग्राम सुधारणा या क्षेत्रांचे अभ्यासक
- दापोली परिसरात फळबाग लागवड (२००१) शेतीमध्ये विविध प्रयोग
- *बळीराजा* मासिक व *प्रहार* दैनिकात शेतीविषयक सदर लिखाण
- *अनुभव* मासिकात शेती व ग्रामीण स्वयंसेवी संस्थांविषयी लेख प्रकाशित

www.ingramcontent.com/pod-product-compliance
Lightning Source LLC
LaVergne TN
LVHW082037051026
849532LV00011B/3393